Hoa hồng dâng Chúa

KIM XOA

Hoa hồng dâng Chúa

Thơ

NHÂN ẢNH
2022

HOA HỒNG DÂNG CHÚA
Tập thơ Kim Xoa

Tái bản lần thứ 1 (tháng 3 năm 2022)
Biên soạn: Diệp Gia Phong

Bìa: Uyên Nguyên Trần Triết
Dàn trang: Nguyễn Thành
ISBN: 9781989993927
Nhân Ảnh xuất bản 2022

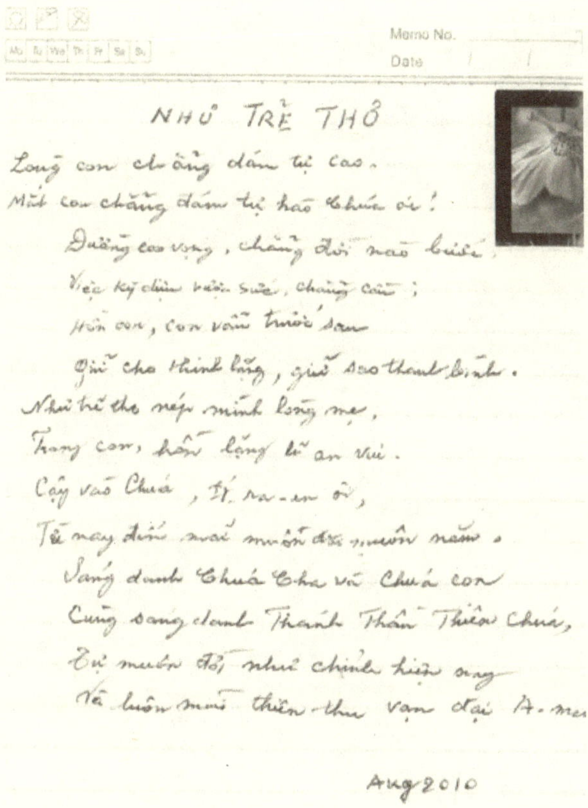

Memo No.
Date

NHƯ TRẺ THƠ

Lòng con chẳng dám tự cao.
Mắt con chẳng dám tự hào Chúa ơi!
Đường cao vọng, chẳng đời nào bước,
Việc kỳ diệu vượt sức, chẳng cầu;
Hồn con, con vẫn trước sau
Giữ cho thinh lặng, giữ sao thanh bình.
Như trẻ thơ nép mình lòng mẹ,
Trong con, hồn lặng lẽ an vui.
Cậy vào Chúa, Ít-ra-en ơi,
Từ nay đến mãi muôn đời muôn năm.
Sáng danh Chúa Cha và Chúa Con
Cũng sáng danh Thánh Thần Thiên Chúa,
Tự muôn đời, như chính hiện nay
Và luôn mãi thiên-thu vạn đại A-men

Aug 2010

Bài kinh sáng tối trong sổ tay đầu giường,
với chữ viết của bà Kim Xoa, 83 tuổi

Nhớ Về Một Con Người Khả Ái

Lm. JBT Phạm Quốc Hưng, CSsR

Với tôi, Bà Theresa Đặng Kim Xoa thực sự là một món quà, một niềm vui và một phần thưởng bất ngờ Chúa thương ban trong đời linh mục tôi. Thực sự, người mà tôi quen biết trước, từ khi bắt đầu vào đời tu từ năm 1987 là con gái Bà-Nha sĩ Phong Diệp. Qua việc Bà cùng Chị Phong theo học khóa Tận Hiến cho Mẹ và khóa Sùng Kính Thánh Tâm, tôi đã có những dịp tiếp xúc với Bà. Sau đó, chúng tôi lại có dịp cùng đi hành hương Đức Mẹ Guadalupe năm 2003. Và đặc biệt nhất, vào đúng 3 giờ chiều vào đúng ngày Chúa Nhật kính Lòng Chúa Thương Xót năm 2020, tôi lại được cơ hội giải tội và xức dầu Thánh chuẩn bị cho Bà bước vào cõi vĩnh hằng. Mọi người đều nhớ mãi dung mạo tươi vui lạ lùng của Bà khi được gặp gỡ Chúa qua các Bí tích hôm ấy. Rồi đúng lễ Đức Mẹ Hằng Cứu Giúp 27/6/2020, cùng những người thân yêu nhất của Bà cử hành nghi lễ tiễn biệt Bà trước lúc Bà trở về với bụi tro.

Cuộc đời 93 năm dương thế của Bà quả là một câu truyện của Lòng Thương Xót Chúa và tình thương của Trái Tim Mẹ Maria dành cho Bà. Tuy là người ngoại giáo, nhờ học trường Công giáo do các nữ tu điều hành, Bà đã mở lòng đón nhận tinh thần bác ái của đức tin Công giáo. Dù sinh ra và lớn lên trong một gia đình quý phái: Cha là bác sĩ, chồng là giáo sư đại học và sau này có con gái cũng là Nha sĩ, nhưng Bà luôn sống rất khiêm tốn hiền hòa và nói năng nhỏ nhẹ. Hơn nữa, Bà luôn thực thi sự công bằng bác ái đối với mọi người. Bà đã đối xử với các em giúp việc như với các con ruột và luôn rộng tay giúp đỡ các việc từ thiện.

Việc Bà và các con được qua định cư ở Mỹ năm 1975 cách đặc biệt cũng là kết quả của một nghĩa cử bác ái của bà trước đó. Mãi đến năm 1995 Bà mới chính thức được Rửa Tội và trở nên người Công giáo. Rồi khi Bà có dịp theo học các khóa tu đức về lòng sùng kính Đức Mẹ và Thánh Tâm Chúa Giêsu, Bà lại càng có mối liên hệ yêu thương thiết thân với Chúa và Đức Mẹ một cách sâu xa trầm lắng hơn. Từ đó, Bà tỏ ra can đảm và nhẫn nại chịu đựng hoàn cảnh khó khăn, đau đớn và cô quạnh của tuổi già một cách đáng thán phục.

Tâm hồn đơn sơ, khiêm tốn, chân thành và chất ngát tình mến Chúa yêu người của Bà được thể hiện qua những bài thơ Bà để lại; những bài thơ được các con Bà quý trọng như một di sản thiêng liêng. Một điều ngạc nhiên là khi đọc những bài thơ Bà do Chị Phong gửi đến, tôi thấy bài đầu tiên được Bà viết tay lại không phải là một bài thơ do Bà sáng tác, nhưng chính là Thánh Vịnh 131-thánh vịnh "Như trẻ thơ đặt hết niềm tin vào Chúa". Phải chăng đây cũng chính là tổng hợp của tâm hồn và cuộc đời của Bà? Đây cũng là điểm chính trong linh đạo Thánh Têr-rê-sa Hài Đồng Giê-su-Thánh Quan Thày của Bà. Đây cũng là Thánh Vịnh mà tôi vẫn đọc hàng ngày từ hàng chục năm nay. Phải chăng đây cũng là lối sống mà Bà muốn nhắn gửi lại cho mỗi người chúng ta?

Thánh Vịnh 131

Lòng con chẳng dám tự cao,
Mắt con chẳng dám tự hào, Chúa ơi!
Đường cao vọng chẳng đời nào bước,
Việc diệu kỳ vượt sức, chẳng cầu;

Hồn con, con vẫn trước sau
Giữ cho thinh lặng, giữ sao thanh bình.
Như trẻ thơ nép mình lòng mẹ,
Trong con, hồn lặng lẽ an vui.

Cậy vào Chúa it-re-en ơi,
Từ nay đến mãi muôn đời, muôn năm.

Thứ Bảy đầu mùa Vọng Dec. 5, 2020
Lm. JBT Phạm Quốc Hưng, CSsR

Kim Xoa và con gái với hai linh mục Phạm Quốc Hưng và Vũ Minh Nghiễm tại nhà thờ dòng chúa cứu Thế

Biography of poet Đặng Kim Xoa (1927-2020)

November 9, 1927: Poet Đặng Kim Xoa was born in Savannakhet Laos where her physician's father, Dr. Đặng Thế Trinh, was stationed at the French Indochine hospital.

1936: After finishing 10 years of his contract as hospitalist physician, Dr. Đặng moved back to Vietnam when Kim Xoa was in elementary school.

1936-1940: Kim Xoa often spent the summers of her early childhood years in her grandfather plantation farm. Here, she and her sisters were dotted with love by her grandmother. She relished the memories of early morning harvest for freshly born eggs and rose petals for tea.

1940-1943: Kim Xoa attended Catholic French junior high school program in the city of Hue. This was where she was first introduced to the Catholic faith with daily prayers of rosaries by her Nun-teachers. While living in the dormitory away from home, Kim Xoa forged many life long friendship. She shared the love of litteratures and writing with her best friend Minh Đức Hoài Trinh, who was an influencial writer in Vietnamese litterature in the 50 and 60's. In mid-1990's, when they reconnectd in California, Kim Xoa was inspired to write poetry again.

1944-1946: Kim Xoa moved back to Hội An to be with her family at the end of WWII.

1947: She married the writer and poet Diệp Truyền Hoa, whom she met during the studies of Chinese literature program he conducted in Hội An, Lễ Nghiã High School.

1947–1960: Kim Xoa worked along side her husband in his family's Diệp Đồng Nguyên Trading House, where he developed multiple business projects. With their multilingual abilities, both conducted import export projects with international companies like Dutch Shell Oil Company, Hong Kong Nhị Thiên Đường Herbal Corporation, ect...During this period, their three children, Gia Mai, Gia Phong, Gia Tuong wre born.

1960: Diệp Truyền Hoa left Hội An and began his 10-year tenure as the professor of linguistics, philosophy, and literature at both Saigon University and Sư Phạm University. Kim Xoa stayed behind in HộiAn to help manage the family business and care for her elderly mother-in-law, Mrs. Diệp Đồng Nguyên.

1964: Kim Xoa brought her children to join her husband living in Chợ-Lớn, Saigon.

1964-1970: Kim Xoa was a part-time high school teacher and full-time homemaker.

1969–1970: While working as columnist, Professor Diệp Truyền Hoa began sharing his poetries and memoirs from World War II with his readers in Chợ-Lớn newspapers.

1970: Professor Diệp Truyền Hoa passed away on November 5, 1970 after a long illness.

1971: Kim Xoa published Professor Diệp Truyền Hoa's poems collection with the help of his journalist friends and his oldest daughter.

1971–1975: Kim Xoa studied acupuncture with Buddhist monks of a charity group. Their volunteering works provided medical services for the poorest in several Chợ-Lơn's hospitals during the height of the Việt Nam War.

April 30, 1975: The last day of Vietnam War, Kim Xoa and her children left Viet Nam through the airlift evacuation to Guam.

May 1975: Kim Xoa and her three children arrived in California Pendleton refugee camp.

1976 -1981: Kim Xoa devoted her works in Indochina refugees settlement at both International Institute of Los Angeles and Chinatown Community Center.

1982: Kim Xoa married Dr. David Chu, a renowned acupuncturist in Hollywood. Together, they operated one of the oldest school and clinic of Chinese medicine in Los Angeles.

1982-1983: During these years of healthcare endeavors, they sponsored many expert herbalists and acupuncturists from China to help provide complementary and alternative medicine to help combat the AIDS epidemic. Kim Xoa was happy again to practice acupuncture and bring healing to people.

1994-1997: Kim Xoa marriage to Dr David Chu ended. She moved in with the family of her second daughter. She loved to spend time with her children and grandchildren. She was delighted to find peace in nature and gardening.

1997–2010: After her baptism into the Catholic faith, Kim Xoa started to write poems. She deeply admired her patron saint, St. Therese of Lisieux. She tried to follow her saint by living her faith humbly through "Little Way" of prayers and reflections in her daily lives. She often wrote about her love and devotion to God & the Immaculate Heart of Mary and Sacred of Jesus. Her topics, as the little flower of devotion to the love of God, also reflected the love she had for friends, relatives and social justice in both her past and present countries, Vietnam and America.

2004: Kim Xoa moved to live with the independent living community run by the Camerlite at Avila Garden, Duarte, California. During this time, her faith was deepen by daily mass and retreats given by the nuns and priests. She also had another creative burst of poetry on God's love in her daily live.

2008–2020: With her health gradually weaken, Kim Xoa moved once more to live at Ivy Creek Healthcare and Wellness Center. The administrators, doctors, and nurses, all enjoyed her warm and affectionate nature. They often witnessed her singing with joyful smile to cheer her visitors and other elderly residents.

June 18, 2020: Kim Xoa passed away at the age of 92 after months in hospice care, surrounded by her devoted children and grandchildren.

Compiled by Gia Mai Diep, Gia Phong Diep and Bich Chi Tieu.

Kim Xoa bồng con gái chụp với bố là Ông bác sĩ Đặng Thế Trinh và mấy chị em

Tiểu sử nhà thơ Đặng Kim Xoa
(1927-2020)

Bà Đặng Kim Xoa sinh ngày 09 tháng 11 năm 1927 tại Savannakhet –Lào. Đây cũng chính là nơi mà cụ thân sinh của bà, bác sỹ Đặng Thế Trinh đang làm việc theo hợp đồng dài hạn 10 năm cho một bệnh viện thuộc Đông Dương của Pháp thời bấy giờ. Sau đó, ông chuyển công tác lên thủ đô Viêng chăn (Vientiane) theo sự phân bổ của viện trưởng nên bà đã có một khoảng thời gian sống tại đây. Đến năm 1936, khi bà đang học tại cấp tiểu học thì cha bà hết thời hạn làm việc tại Lào và cả gia đình đã hồi hương về lại Việt Nam sinh sống.

1936 – 1940: giai đoạn tuổi thơ của bà trôi qua thật êm đềm với những ngày hè đầy thú vị được sống trong trang trại đồn điền của ông ngoại. Tại nơi này, Kim Xoa cùng người chị gái của mình đã luôn được bà ngoại hết lòng thương yêu chăm sóc. Niềm vui trong tâm hồn trẻ thơ của bà khi ấy là mỗi sáng tinh mơ thức dậy, được tung tăng chạy nhảy khắp vườn, tự tay đi nhặt những quả trứng gà, trứng vịt mới đẻ còn ấm hay phụ bà ngoại hái từng cánh hoa hồng thơm phức còn đọng sương mai vào để pha trà. Cũng bởi bao ký ức đẹp đẽ về một thời niên thiếu đó đã nuôi dưỡng, hun đúc nên những vần thơ đầy tính nhân văn, chất chứa tình yêu thiên nhiên, con người của bà sau này.

1940 – 1943: Bà ghi danh vào trường trung học Công giáo của Pháp tại Huế. Nơi đây lần đầu tiên, bà được các Sơ (Soeur) thuyết giảng về đức tin Công giáo bằng cách lần chuỗi hạt cầu nguyện hàng ngày. Trong thời gian sống xa nhà ở ký túc xá, bà đã xây dựng được nhiều tình bạn gắn kết dài lâu, thường chia sẻ niềm đam mê văn học, sáng tác thơ ca với người bạn tâm giao của mình là bà Minh Đức Hoài Trinh, một nữ văn sĩ có tầm ảnh hưởng lớn trong nền văn học Việt Nam vào thập kỷ 1950 và 1960. Sau một thời gian dài mất liên lạc, cuộc hội ngộ của hai người vào năm 1990 ở California đã truyền cảm hứng cho bà Kim Xoa làm thơ trở lại.

Năm 1944 - 1946: cuối Thế chiến thứ Hai, bà rời trường, quay trở về Hội An sống chung cùng gia đình .

Năm 1947: Bà kết hôn với nhà thơ Diệp Truyền Hoa, người thầy mà bà gặp trong thời gian theo học chương trình văn học Trung Quốc do ông giảng dạy tại Trường Trung học Lễ Nghĩa, Hội An.

1947–1960: Bà làm việc cùng chồng tại hiệu buôn Diệp Đồng Nguyên của gia đình ông. Nơi đây, vợ chồng bà đã phát triển nhiều dự án kinh doanh. Với khả năng nói, viết thành thạo ngoại ngữ nên hai ông bà mở rộng nhiều kênh xuất nhập khẩu với các công ty lớn trên thế giới như hãng dầu nhớt Shell của Hà Lan, tập đoàn thuốc bắc nổi tiếng Nhị Thiên Đường chi nhánh Hong Kong, v.v.. Trong thời gian này, ba người con của ông bà là Gia Mai, Gia Phong, Gia Tương đã lần lượt ra đời.

1960: Chồng bà, ông Diệp Truyền Hoa rời Hội An và bắt đầu nhiệm kỳ 10 năm làm giáo sư ngôn ngữ học, triết học, văn học tại Đại học Sài Gòn và Đại học Sư Phạm. Bà ở lại Hội An lo quản xuyến công việc kinh doanh, chăm sóc cho mẹ chồng tuổi cao sức yếu - bà Diệp Đồng Nguyên.

Năm 1964: Bà theo chồng đưa các con vào sống tại Chợ Lớn, Sài Gòn.1964-1970: Ngoài công việc nội trợ hàng ngày, bà còn làm giáo viên Trung học bán thời gian để kiếm thêm thu nhập phụ chồng trang trãi cuộc sống.

Năm 1967, Sức khỏe của chồng bà có phần giảm sút nhưng ông vẫn chuyên tâm vào sự nghiệp giáo dục, nhận thêm vị trí giảng dạy tại Đại học Huế. Giáo sư Diệp bắt đầu chia sẻ thơ và hồi ký từ Thế chiến II của ông với độc giả trên tờ nhật báo Chợ-Lớn phát hành những năm 1969-1970. Sau một thời gian dài chống chọi với bệnh tật, chồng bà đã qua đời vào ngày 5 tháng 11 năm 1970.

1971: Bà cho xuất bản tập thơ của Giáo sư Diệp Truyền Hoa với sự giúp đỡ của những người bạn trong giới báo chí và cô con gái lớn của ông bà.

1971–1975: Bà học châm cứu với các nhà sư của một nhóm từ thiện thuộc hội Phật giáo Việt Nam. Họ tình nguyện cung cấp dịch vụ y tế cho người nghèo khổ tại một số bệnh viện ở Sài Gòn Chợ-Lớn trong thời kỳ cao điểm của Chiến tranh Việt Nam.

Ngày 30 tháng 4 năm 1975: Ngày cuối cùng của Chiến tranh Việt Nam, bà cùng các con rời khỏi Sài Gòn.

Tháng 5 năm 1975: Bà và ba người con đến trại tị nạn Pendleton ở California.

1976-1981: Bà làm tình nguyện viên tại International Institute of Los Angeles và Chinatown Community Center, cống hiến cho chương trình nhân đạo giúp đỡ người tỵ nạn Đông Dương định cư.

Năm 1982: Bà kết hôn với bác sĩ David Chu, một nhà châm cứu nổi tiếng ở Hollywood. Họ đã cùng nhau điều hành một trong những trường học và phòng khám bệnh lâu đời nhất về chuyên ngành y học Trung Quốc tại Los Angeles.

1982-1983: Trong suốt những tháng năm nỗ lực chăm sóc y tế cộng đồng, họ còn tài trợ cho nhiều chuyên gia chuyên nghiên cứu về thảo dược và châm cứu đến từ Trung Quốc để giúp cung cấp thêm thuốc bổ sung thay thế, góp phần vào công cuộc chống lại đại dịch AIDS. Bà thật sự hạnh phúc khi được trở lại hành nghề châm cứu, chữa bệnh cho mọi người.

1994-1997: Kết thúc cuộc hôn nhân với bác sĩ David Chu, bà chuyển về sống cùng gia đình cô con gái thứ hai và thích dành thời gian vui đùa bên con cháu, tìm đến sự bình yên tĩnh lặng trong khung cảnh thiên nhiên với thú vui làm vườn.

1997–2010: Sau khi rửa tội gia nhập đạo Công Giáo, bà bắt đầu làm thơ viết về tình yêu thương và lòng sùng kính của mình đối với Thiên Chúa & Trái Tim Vô Nhiễm Nguyên Tội của Mẹ Maria và Chúa Giêsu thánh thiện. Bà đã gởi gắm tình yêu thương của mình dành cho bạn bè, người thân qua từng trang thơ đầy tính nhân văn, ngòi bút của bà cũng thật sự mạnh mẽ và sâu sắc khi viết về sự công bằng xã hội trong quá khứ và hiện tại giữa hai quốc gia Việt Nam - Hoa Kỳ.

Năm 2004: Bà chuyển đến sống tại một cộng đồng những người sống độc lập được điều hành bởi tổ chức Camerlite tại Avila Garden, Duarte, California. Trong thời gian này, đức tin của bà trở nên mạnh mẽ hơn nhờ thánh lễ hàng ngày và các buổi tĩnh tâm do các nữ tu và linh mục tổ chức. Bà lại có thêm nguồn cảm hứng sáng tác thơ về tình yêu Thiên Chúa trong cuộc sống hàng ngày.

2008–2020: Do sức khỏe ngày suy giảm, nhà thơ Kim Xoa một lần nữa chuyển đến sống tại Trung tâm Chăm sóc Sức khỏe Ivy Creek để tiện việc được trông nom y tế. Tại đây, Các y bác sĩ, những người điều hành… ai ai cũng quý mến tình cảm thân mật của bà. Họ thường nhìn thấy bà hát với nụ cười vui vẻ, luôn mang đến niềm vui cho khách đến thăm và những người già khác.

Bà luôn được tập thể y bác sỹ và các con cháu của bà chăm sóc tận tình chu đáo những năm tháng sống tại đây nhưng do tuổi cao sức yếu, nhà thơ Đặng Kim Xoa đã từ trần Ngày 18 tháng 6 năm 2020 tại Hoa Kỳ, hưởng thọ 92 tuổi.

Dịch sang Việt Ngữ: Tiêu Bích Chi

妳

大學時代
我欲終生愛書擔當不起娶來個「妳」
晚景幕垂
眼前唯見有「妳」與「妳」的生物母道偉績！

二八年華
妳說最喜洋娃娃
千樣美麗的洋娃娃是妳衷心歡迎的禮物

新婚過後
妳轉而憧憬多姿多采
果能聰明靈活的母胎創造的真娃娃

我的書堆理應減色
娃娃一個一個來了
遙遠天外的書本芬芳已侵不入嬰孩酥香的溫室

環境裕餘
妳不忘苦苦教養娃娃們乖巧明慧
我只能心悅誠服隨親友對妳的稱道

娃娃比洋娃娃有真前途
一個一個跟爸上城挑讀最好的學校
玲瓏乖順定叫爸爸心滿意足奔忙

我癡呆也不至於笨比老牛
不知榮幸
粗糙的牛背樓上清唱的小鷺佝蠕蠕漫行

而微薄的歲月裡
你也能在菜市叢中
善于挑選菜蔬富于各類維他命的一株株

妳的辛勞我只有歎服
當我夜課歸來滿身粉筆椅上呆喘

見妳正牽著愛女在腳下伏地揩擦寒酸的地板
今夕歲寒醫院病榻前妳攜兒挈女一心圍護我
別矣遺下的妳
別矣娃娃群樂園中妳賢妻良母的天使模樣

抱歉還有遺下一堆爛書
妳將來搬家
破費要僱一輛牛車一家子拖去

一代寒酸兼模範精蟲千古！
我安敢妄自菲薄不知自己也「偉大」
為祖宗百代尤其為了愛憧憬的妳

一九七〇年
（塗于教師節追三番欲廣遺存）

You

During our college years,
I only wanted to love books and care for you, whom I was unworthy to wed.
In my old age,
I can only see before me you, and the "yous" that you gave birth to and mothered.

When you were young and but sixteen,
You said you loved French baby-dolls more than anything.
An abundantly beautiful, French baby-doll
was a gift that you achingly longed for.

After our wedding,
You had a change of heart, growing wiser and ever more alluring.
Indeed, your clever, supple womb produced real babies.

My pile of books ought to have grown smaller
As the babies arrived, one by one.
The fragrance of a book that wafts to the far beyond
could not invade the hot-house of a child with its sweet perfume.

Despite our affluence,
You never neglected the painstaking job of raising wily and clever babies.
I could only feel joy while agreeing with our relatives and friends
who praised your methods.

Our babies had a future more real than baby dolls.
One by one, they went with their father into the city
to study at the best schools.
Their precociousness certainly made their father feel content
as he toiled.
My foolish doting could not compare to the stupidity of the old ox
Who did not know he was fortunate
As he slowly walked along with the little midget seated backward
on his rough back singing a song.

And, during the lean year,
You went to the market
And were able to pick out with skill stem after stem of vitamin-rich
greens to nourish our children.

I can only sigh with appreciation for your self-sacrifice.
When I came home at night covered with chalk
and sat down in my chair, panting for breath,
I saw you with our daughter at your feet
while you knelt down to scrub the floor of a poverty-stricken scholar.

On this cold, wintry night while sick in my hospital bed,

you brought our son and daughters who, with a single concern,
look after me.
Farewell, you who I leave behind.
Farewell, babies in a joyful picture with you, virtuous wife
and devoted mother like an angel.
I'm sorry that I leave you with a pile of rotting books.
When you move in the future,
You'll have to waste money to hire an ox-cart and driver
to haul them away.

I have lived the life of a poverty-stricken scholar
whose seed will survive a thousand generations!
How dare I boast that through poor, I am unaware of my own "greatness."
It is for the sake of the ancestors and the hundred generations to come
and especially for you, whom I deeply love.

1970 – Diệp Truyền-Hoa
(Written on Teacher's Day. I tried to destroy it three times but still preserved it.)

Footnote:

During the height of Japan China war at Chung Hua Public School, in Hội An 中華公學, on 8/8/1938, her future husband, DiệpTruyền Hoa and his best friends established The Hội An Chinese Youth Association 會安華僑青年團 (Hội An Thanh Niên Đoàn) to resist the Japanese invasion of China and Asia. They created music, songs, dances, and plays for performance in the traveling fund raising troupe (to support the Chinese War effort.)

One of the motivation song, "Xuân và Tuổi Trẻ" ∟青年與春天┐(Translated as: "The Youths and Springtime") was composed by La Hối, a troupe member. His best friend, Truyền Hoa wrote the Chinese lyrics for for this song to inspire hope and joy during this difficult war period. This song is now a classic Viet Nam Tết festival song.

1941-1945: Diệp Truyền Hoa studied at Tsinghua University 清華大學,a division of Beijing University during World War II in China.

1946: When he came back to Việt Nam after the war and teaching Chinese literature in Hội An where he met his future wife Kim Xoa.

1970: He wrote this poem three days before he passed away to show his appreciation for their devoted love.

2004: This "You" poem was translated into English by professor Richard E. Strassberg, Department of East Asian Language & Culture, UCLA

Diep family photo in Hội An early 1960s

Nàng Thơ

Thuở ấy, thời sinh viên,
Tôi vẫn hằng mong muốn,
Mãi trọn cuộc đời này,
Chỉ yêu mỗi trang sách,
Không tự tin gánh vác,
Cưới lấy một cô "nàng" .
Bước sang tuổi xế chiều,
Trước mắt tôi giờ đây,
Chỉ còn lại có "vợ",
Cùng các con của "Mình"
Mà em đã dày công,
Sinh thành nuôi dưỡng nên.

Nhớ năm lên mười sáu,
Mộng mơ tuổi trăng tròn,
Em thường hay thỏ thẻ,
Thích nhất búp bê Tây,
Muôn kiểu dáng đẹp xinh,
Quà tặng làm em vui,
Cũng chỉ là búp bê.
Rồi ngày vui tân hôn,
Cũng đã trôi qua nhanh,
Em của tôi giờ đây,
Mong muốn được trưởng thành,
Muôn màu muôn vẻ hơn,
Lanh lợi và thông minh,
Đủ khả năng đảm trách,
Thiên chức một người mẹ,
Kiến tạo nên em bé,
Chân thật rất đáng yêu.

Việc nghiên cứu văn chương,
Tôi dần giảm bớt lại,
Khi con cái từng đứa,
Lần lượt ra chào đời.
Mùi hương của tập sách,
Nơi phương xa lan tỏa,
Không thể nào áp được,
Mùi sữa trẻ sơ sinh,
Trong căn phòng ấm áp.

Sống trong cảnh sung túc,
Em vẫn luôn chịu khó,
Nuôi dạy các con ngoan,
Tôi thật lòng ngưỡng mộ,
Hãnh diện với bạn bè,
Về những lời tán thưởng,
Mà họ dành cho em.

So với búp bê Tây,
Búp bê con chúng ta,
Tương lai sáng sủa hơn,
Từng bé một theo cha,
Lên thành phố chọn trường,
Nơi tốt nhất để học.
Đứa nào cũng lanh lợi,
Ngoan hiếu thuận cho cha
Lòng mãn nguyện vô cùng,
Yên tâm lo làm lụng,
Nuôi các con ăn học.

Tôi đâu nỗi ngốc nghếch,
Như chú bò ngu ngơ,
Mà không nhận ra rằng,
Rất may mắn được cõng,
Con chim Oanh bé nhỏ,
Cất giọng ca thánh thót,
Trên lưng bò thô kệch,
Chậm chạp lê từng bước.

Khoảng thời gian không dài,
Ngày về nhà làm dâu,
Em đã biết đi chợ,
Giỏi chọn thức ăn ngon,
Đầy đủ chất dinh dưỡng,
Vitamin đủ loại,
Cho bữa cơm gia đình.

Nỗi vất vả em mang,
Tôi chỉ biết thán phục,
Hồi tưởng lại những lúc,
Tan buổi dạy ca đêm.
Tôi cất bước về nhà,
Thân phủ đầy bụi phấn,
Người mệt nhoài bơ phờ,
Tựa ghế ngồi thở dốc,
Mắt vẫn nhìn theo em,
Tay dắt con gái yêu,
Vừa trông chừng con dại,
Vừa khom lưng cuối xuống,
Nơi dưới chân tôi ngồi.
Cặm cụi lau sàn nhà,
Đã cũ kỹ rêu phong.

Hôm nay chiều hoàng hôn,
Đông về ùa giá rét,
Nơi bệnh viện hiêu quạnh,
Chiếc gường nhỏ tôi nằm,
Em đã đưa các con
Trai, gái cùng vào thăm,
Tất cả đứng vây quanh
Một lòng chăm sóc tôi.
Rồi đây mãi chia ly,
Bỏ lại em ra đi !
Mãi xa cách gia đình,
Bức tranh đẹp tuyệt vời,
Bầy con thơ cùng em
Người vợ hiền thủy chung,
Người mẹ chân thiện mỹ,
Đẹp tựa dáng thiên thần!

Day dứt mãi không thôi,
Xin lỗi em thật nhiều,
Ra đi chỉ để lại,
Một đống sách hỗn độn,
Rồi mai kia dọn nhà,
Em lại phải tốn tiền,
Thuê xe bò dời đi.

Sống một đời khổ hạnh,
Nhưng vẫn luôn tự hào,
Được làm hạt giống tốt,
Truyền lại ngàn đời sau!
Sao lại phải tự ti,
Không tin bản thân mình,
Cũng "vĩ đại" đấy chứ!
Bổn phận đã vuông tròn,
Với ông bà tổ tiên,
Đặc biệt hơn thế nữa,
Vì đã có được em,
Tình yêu lớn của tôi.

Giáo sư Diệp Truyền Hoa viết bài thơ này vào ngày lễ nhà giáo 1970 (Ba ngày trước khi ông qua đời).

Cháu gái bà Kim Xoa, cô Tiêu Bích Chi, dịch thành thơ Việt ngữ, January 12, 2021.
Đà Nẵng, Việt Nam.

MỤC LỤC
TẬP THƠ KIM XOA

Tập thơ này chia thành 4 phần
(mỗi phần gồm thơ cùng một khuynh hướng trong
cuộc sống nội tâm của tác giả)

PHẦN 1
Mặc Khải Ơn Chúa

PHẦN 2
Gặp Gỡ Chúa Bao Dung

PHẦN 3
Suy Nghiệm Với Chúa

PHẦN 4
Cậy Trông Vào Chúa

Những Lá Thư Viết Cho Kim Xoa

MẶC KHẢI ƠN CHÚA
qua tình bà cháu trong gia đình

Tin Chúa

Bàn chân bé nhỏ lại xinh xinh,
Rón rén vào ngồi bên cạnh mẹ,
Để cùng mẹ đọc kinh "Kính Mừng",
Kính mừng Maria đầy ơn phước,

Cứ thế mỗi ngày con theo mẹ.
Lời kinh dễ thuộc, quen thành tánh,
Mỗi ngày con đọc kinh kính mừng,
Được mẹ yêu dấu, được Chúa thương,

Con ngoan nên được mẹ cha thương,
Ông bà nội ngoại đều thương cả,
Cậu dì, chú bác cũng thương con.
Mỗi tuần Chúa nhật đi xem lễ,

Giáo đường thánh thót tiếng dương cầm,
Rồi con tập dược bài Thánh ca,
Để ca ngợi Chúa, tôn vinh Chúa,
Để kính yêu và để vâng lời.

Ai cũng bảo con còn ngây thơ quá,
Nhưng lòng con đã biết tin yêu,
Mân côi mỗi sáng mỗi chiều,
Kính mừng dâng mẹ, mẹ yêu con nhiều.

Avila Gardens, Chúa nhật mùa chay.
2/13/2005

Yêu Chúa Trọn Niềm

Con ngây thơ quá, con ngoan lắm,
Nhìn mặt con bà muốn hôn liền,
Nay con đang tuổi ấu niên,
Đã phân biệt được kẻ hiền người hung,

Tránh xa những kẻ hung tàng,
Chơi với chúng bạn nhẹ nhàng thanh tao.
Mắt con sáng tựa ngôi sao,
Trí thông minh cũng được cao hơn người,

Mẹ dạy con đạo làm người,
Biết thờ phụng Chúa, Chúa Trời của con,
Đây là một búp măng non,
Phải lo uốn nắn cho tròn tuổi thơ,

Phải biết yêu Chúa, phụng thờ,
Lớn khôn không bợn vết nhơ trong lòng.
Chúa cho con được vào dòng,
Đi theo đường Chúa ân hồng phúc thay,

Thánh kinh học hỏi từng ngày,
Thần học cũng đã mỗi ngày tiến lên,
Bao năm quyết chí vững bền,
Ơn Chúa dẫn dắt để con nên người.

Rồi Chúa tung con ra đời,
Trong đoàn chiên Chúa không rời phút giây,
Sở trường sở đoản từ nay,
Trong vòng tay Chúa, trong tay mẹ hiền,

Một lòng yêu Chúa trọn niềm.

Avila Gardens, Aug. 13/2005, 1:00 AM

Những ngày bên Chúa

Mỗi tuần Chúa Nhật về thăm cháu,
Lòng hân hoan nét mặt vui tươi,
Tuổi thọ cũng gần tám mươi,
Bao nhiêu cay đắng trường đời đã qua.

Nay chỉ biết từ nhà con cháu
Đến nhà mình chỉ có hai giờ.
Ngồi trên xe ngắm cảnh ngắm người,
Không ai có được nụ cười trên môi,

Nỗi lo âu hằn lên đôi mắt,
Mặt nhăn nheo, da thịt khô cằn,
Mỗi buổi sáng lên xe vội vã,
Để đi làm trẻ cũng như già.

Mẹ ẵm con đến nhà thương khám bệnh,
Hay đến trường cho trẻ học hành,
Lên xe xuống xe phải nhanh,
Tranh thủ từng phút, tranh giành từng giây.

Đời cạnh tranh nếu không cố gắng,
Thì thua thiệt gánh nặng hai vai.
Cũng có lúc trong đời đầy ân phúc,
Cũng có khi hoạn nạn tới liền tay,

Chúa cho ta được mỗi ngày,
Trong lòng có Chúa bình an thay,
Đi cùng Chúa tràn đầy hy vọng,
Để cho ta can đảm sống còn.

Trong tay Chúa trong tay Đức Mẹ,
Xâu chuỗi ngày bằng những hạt kim cương,
Và chia sẻ tình thương của Chúa.

San Marino, 9/4/2005, Noon

Con Được Làm Con Chúa

Mến tặng hai cháu Thanh và Đạo

Dâng con trẻ, đứa con lý tưởng
Con ra đời tràn ngập yêu thương.
Mẹ cha lo lắng trăm đường,
Ông bà nội ngoại càng thương đậm đà,

Cô dì cậu mợ một nhà,
Và thêm chú bác thật là đông vui.
Sống có Chúa tình yêu chan chứa,
Chúa cho con dào dạt ân hồng,

Con xin Chúa được ở cùng
Sống bên chân Chúa ngàn lần biết ơn,
Chúa cho con trẻ sớm hôm,
Sống đầy mạnh khỏe, lớn lên học hành,

Thông minh, trí tuệ, đua tranh,
Bài làm xuất sắc lại nhanh hơn người.
Chúa dạy con biết yêu người,
Biết thương kẻ khó, biết cười với em

Trẻ thơ khuyết tật lại thêm
Mồ côi cha mẹ, lớn lên âu sầu,
Chúa cho cùng dắt tay nhau,
Đây nguồn hy vọng, đây câu chúc lành:

Chúc cho thế giới hòa bình.

Cô Ba
San Marino, Sept. 20/03, 11:00pm

Vui mừng khi cháu Thanh đem con đầu lòng từ xa đến thăm Cô Kim Xoa và Gia Phong (mẹ đỡ đầu của bé)

Chúa Ở Cạnh Ta

Con đến đây quì dưới chân Ngài
Và cầu nguyện hòa bình cho thế giới.
Con hết lòng vững tâm đi tới,
Để làm cho nước Chúa đông người.

Kẻ Nam người Bắc góc biển chân trời
Đều biết Chúa là người cứu nhân loại.
Ngài gánh chịu muôn ngàn tội lỗi,
Mà loài người bất hạnh đã gây nên.

Tội tổ tông muôn kiếp phải đền,
Tội chính mình càng thêm gia trọng.
Nước tinh tuyền tẩy sạch trắng trong,
Như trẻ thơ chưa hề phạm tội,

Bao lời Chúa ta nên lãnh hội:
Dạy yêu thương như thể anh em,
Con một nhà trong cảnh êm đềm,
Được biết Chúa lòng thêm vui sướng.

Ngước lên cao nhìn xem tứ hướng,
Thật phúc thay được Chúa mến thương,
Thuyền đời trôi dạt muôn phương,
Nhìn quanh vẫn thấy Chúa thường đứng bên.

San Marino, Nov. 22/2000, 8:00pm

Chúa Đà Mạc Khải

Mẹ dạy con hãy cậy trông nơi Chúa,
Dốc một lòng yêu mến Chúa mà thôi,
Con đừng nghĩ Chúa ở rất xa xôi,
Mà tiếng kêu cầu Chúa không nghe thấy.

Con cầu chúa dẫu chỉ một phút giây,
Chúa đã lại đứng bên con rồi đó,
Việc của Chúa làm, con đâu có rõ,
Nếu con tin, ứng nghiệm sẽ thấy ngay.

Việc yêu Chúa không phân biệt đêm ngày,
Không gián đoạn từng giây từng phút,
Rồi từ đây con hãy dùng cây bút,
Để viết ra phép lạ của Chúa làm,

Từ ngàn xưa mãi đến hai ngàn năm,
Sách Tân Ước của Chúa đã mạc khải.

San Marino, 4-21-01, 6:00 Am.

Hạnh phúc với các cháu, xem lễ Giáng Sinh tại nhà thờ St.Felicitas & Perpetual @San Marino

Tổ Ấm Gia Đình

Thân tặng 2 cháu Arthur & Luke

Diều hâu làm tổ trên cao,
Gió lay lay nhẹ chim nào sợ chi,
Đôi chim nhỏ bé bay đi,
Theo mẹ cũng biết nhiều khi kiếm mồi.

Bà cùng hai cháu ngồi chơi,
Trong sân nho nhỏ chạy chơi nô đùa.
Rồi hai trẻ lại tranh đua,
Xem kẻ nào thắng, kẻ thua, phạt thì

Ra đứng ở góc sân đi,
Đếm một hai ba bốn tức thì lại ra,
Chạy vòng đến cửa ga ra,
Chạy trở lại cổng ắt là hết thua.

Chơi xong giờ mẹ sắp về,
Ra cổng đón mẹ, có quà mẹ cho,
Mỗi ngày mẹ rất âu lo,
Sáng đưa chiều đón để cho kịp người,

Ở trường chạy nhảy vui chơi,
Về nhà tập lội, tập bơi mỗi ngày,
Mỗi tuần thứ sáu thứ hai,
Tập đàn hai buổi, thầy khen con nhiều,

Mẹ vui rồi mẹ mỉm cười,
Nhìn lên đôi mắt sáng ngời mẹ hôn,
Con ôm mặt mẹ con hôn,
Nên con cố gắng càng hơn mỗi ngày.

Thời gian như thể tên bay,
Giường thơ bé bỏng, nay trèo giường đôi.
Tình yêu của mẹ suốt đời,
Chỉ lo tận tụy một đời chồng con,

Tấm thân mẹ đã hao mòn,
Mẹ không quảng đại, tâm hồn mẹ vui.
Cha con không mấy thảnh thơi,
Đi làm vất vả, về chơi con cùng,

Mẹ cha cũng lắm long đong,
Ra đời tranh đấu để mong gia đình,
Và mong xã hội đẹp xinh.
Có nền hạnh phúc hòa bình tương lai.

San Marino, July 30/01, 5:00 pm.

Sinh Nhật Luke

Mến tặng cháu ngoại yêu quí
Hôm nay ngày Đức Mẹ lên trời
Kỷ niệm sinh nhật con năm tuổi

Con là nguồn an ủi,
Của mẹ và của cha,
Tánh con rất hiền hòa,
Không cùng anh cãi vã.

Mỗi ngày con tới trường,
Con học ở giáo đường:
Con học ăn học nói,
Con học nhảy học trèo,

Dây thừng nhỏ con leo,
Ước gì con đu bay,
Như TARZAN chuyền cây,
Như vượn trong rừng núi,

Mỗi ngày con được chơi,
Với thú lành thú dữ.
Con thích nhất chú voi,
Bé tí hon ngoan ngoãn,

Nép mình theo chân mẹ,
Theo đoàn voi bước lẹ,
Theo voi lớn ngang tàng,
Không sợ muôn loài thú,

Vì sống trong rừng rú,
Voi to nhất các loài,
Nên voi làm bá chủ.
Năm lên một mẹ cho:

Một voi làm kỷ niệm,
Năm lên hai được thêm,
Chú voi rất thông minh,
Vóc dáng lại xinh xinh,

Làm bạn con ngày tháng.
Thấm thoắt con lên ba,
Rồi lên bốn lên năm.
Mỗi năm lại được thêm

Một chú voi làm bạn
Bên giường con nằm ngủ
Voi bao vây chung quanh
Cho giấc ngủ yên lành

Vì có voi che chở.
Con mộng thấy bầy voi
Đã dùng một cái vòi
Quấn mình con đưa lên

Ngồi oai nghiêm chễm chệ.
Bầy voi thật lanh lẹ,
Thao diễn khắp núi rừng,
Lòng con quá vui mừng,

Kêu to lên một tiếng,
Con mở mắt ra nhìn,
Mẹ cha đứng một bên
Hát bài ca sanh nhật,

Con đã lên năm tuổi.

San Marino, Aug. 15, 2002

Cháu Ngủ Với Bà

Thân tặng cháu Truyền Ân

Đêm nay cháu ngủ với bà,
Mẹ cha đi vắng, mình bà với con,
Bà cho ăn tối thật ngon,
Xong rồi lau mặt, dẫn con vào nhà.

Con nhìn quanh quẩn phòng bà
Không thấy bố mẹ, con òa khóc to,
Con kêu mẹ mẹ thật to
Rồi kêu bố bố, không ai trả lời:
"Bố đây, con có ngoan không?"

Nhìn con thương lắm bà bồng con lên
Vào phòng thay tã cho con,
Nhưng con không ngủ, con còn muốn chi?
Bà cho chai sữa, tức thì
Con cầm lấy nó, đòi đi lên lầu.

Bà ru con: À ơi...

Có ngủ thì ngủ cho lâu
Cho mẹ đi cấy đồng sâu chưa về…

San Marino, July 8, 97 10:00 PM

Hoa Ân

Ngày 15-8-97, ngày Đức Mẹ lên trời là ngày con ra chào đời, bà cám ơn hồng ân Chúa đã chọn cho con cái ngày quí hóa ấy. Nên bà làm bài thơ tặng con:

Ngày Đức Mẹ lên trời, ngày rất thiêng,
Hừng đông sáng sớm con liền sinh ra,
Chào đời tiếng khóc oa oa,
Hùng hồn, oanh liệt như ca khải hoàn.

Thân con Chúa đã chu toàn,
Sẵn sàng phận sự Chúa ban cho đời,
Mai sau khôn lớn nên người.
Viết thơ, viết sách muôn lời Truyền Ân,

Thân con phận nhỏ Hoa Ân,
Dâng mình xin Chúa góp phần với Cha,
Chúa cho con tuổi mười ba,
Thánh Kinh thông suốt nhờ Cha soi lòng,

Thánh Thần Chúa đã ở cùng,
Thánh Kinh chiếu sáng trí thông minh này.
Lạy Cha con được mỗi ngày,
Đẹp lòng Đức Mẹ, đẹp lòng Chúa con,

Một lòng một dạ sắt son,
Con nguyện giữ mãi tình con yêu Ngài.

San Marino, 8-16-97, 8:15 AM

Cháu Hoa Ân của bà vừa đúng một ngày, khỏe mạnh.
Her hope and dream for a newborn grandchild.

Nguyện Cầu

Thân tặng cháu T.A.

Hướng đến cùng Cha bước ngập ngừng,
Tim non dồn dập vạn mến thương.
Quỳ bên chân Chúa con cầu nguyện
Lạy Chúa cho con được bước cùng,

Theo Cha đi khắp bốn phương trời,
Theo Cha chắp nối niềm tin tưởng,
Cha ở trời cao dẫn dắt con,
Cho con đạt đến đường hy vọng.

Đường ấy còn xa hay rất gần?
Dẫu cho xa mãi chốn phương trời,
Chân con chẳng mỏi bước không ngơi.
Con nhìn thập giá trên vai Chúa,

Bao nỗi nhọc nhằn được biến tan…
Thân con rảo bước, ý trung kiên,
Con nói cùng Cha với nỗi niềm
Buồn vui lẫn lộn theo chân Chúa,

Rộn rã lòng con ngập tiếng reo.
Tim con hồi hộp nhìn lên Chúa,
Chờ đợi lời Cha nói với con,
Cúi nhìn con trẻ cười âu yếm:

"Cha ở cùng con mãi trọn đời".

Naples Island, Long Beach
Feb. 27, 97 at Noon

Giờ cầu kinh của ngoại vào buổi trưa. Trước mặt ngoại nhìn thấy một em bé ngập ngừng đến quì gối dưới chân Chúa, chấp tay, ngước mắt, nhìn Chúa và thấy Chúa cúi nhìn em như đang chăm chú nghe em cầu xin chuyện gì đó. Nên bà viết bài thơ trên để tặng con là đứa cháu ngoại đầu rất yêu thương của bà.

Bambi Bạn Của Luke

Tặng cháu Luke và chó bambi

Bambi bé nhỏ bạn của tôi,
Mỗi sáng tinh sương đã dậy rồi,
Nằm ngoài cửa kính phòng bà đó,
Chờ bé Luke ra giỡn giỡn chơi.

Hai mắt cười tươi, tay dang dang,
Chân nhảy tưng tưng, miệng cười vang,
Bambi thích chí hai chân đứng,
Chồm tới chồm lui thật rộn ràng.

Hai bạn cùng chơi mỗi sớm mai,
Bà đem cho Luke miếng phô mai,
Bambi nhảy tới chồm lên sủa,
Rồi Bambi nhảy đốp thật tài.

Tháng ngày đôi bạn vẫn cùng chơi,
Cho đến khi tôi đã lớn rồi,
Tới trường thầy bạn cùng vui hát,
Về nhà vẫn giữ Bambi chơi.

San Marino, 6-9-98 8:30 AM

Bà cháu chung vui với nhau cùng chó nhỏ vào ngày Tết

Lúc Con Ba Tuổi

Ngày sanh của cháu Ming-Hua

Chia tay cha mẹ đôi đường,
Cớ sao gây sự đau thương thế này?
Cha ơi, mẹ hỡi từ nay
Khi ở với mẹ khi này với cha.

Dầu cho cưng quí bao la,
Lòng con cũng vẫn thiết tha đau buồn.
Con thương cha mẹ luôn luôn,
Vắng cha vắng mẹ lệ tuôn hai hàng,

Đêm đêm thức giấc bàng hoàng,
Nhìn ra cửa sổ con càng sợ thêm.
Mèo kêu chó sủa bên thềm,
Làm con trỗi dậy ôm mền chạy ra,

Sờ soạng không thấy bóng cha,
Lòng con không muốn mẹ cha xa rời,
Con đi lại bên giường đôi,
Lên nằm với mẹ một hồi mẹ ôm,

Rời lên mặt mẹ con hôn,
Mẹ đang yên giấc, con hôn nồng nàn,
Không ngờ lệ mẹ chứa chan
Chảy dài xuống má, con càng xót xa.

Vì đâu cha nở lìa xa,
Không cùng với mẹ con ta thế này?
Con yêu thương mẹ lắm thay,
Mỗi ngày săn sóc, mỗi ngày đưa con

Đến trường học nói, học chơi,
Tối học âm nhạc, mẹ ngồi với con.
Về nhà mẹ tắm cho con,
Thay bộ áo ngủ để con lên giường,

Lòng mẹ dào dạt tình thương,
Bed time stories con thường được nghe:
Mẹ kể trong những đêm hè,
Hay đêm giá lạnh đông về tuyết rơi,

Rơi lên ngọn núi ven đồi,
Rơi lên giá gỗ Chúa Trời đứng yên.
Mở lời con nguyện Chúa thiêng,
Xin cho mẹ được bình yên sống đời,

Mẹ con nay chẳng xa rời,
Chúa đã kết hợp một đời yêu thương.
Đêm nô-en trong giáo đường,
Chúa nhìn con trẻ yêu thương vô cùng,

Yên tâm con hết hãi hùng,
Bình yên mẹ được ấm nồng bên Cha
Mẹ con vui sống hiền hòa,
Vì chăng có Chúa muôn hoa ngập lòng.

West Covina, Jan 9/2000, 7AM
MING-HUA 3 years old Birthday party

Vui Nắng Xuân

Picnic với gia đình Phong
"Trong vườn Descanso"

Thông cao vút, lá xanh tươi,
Vườn hồng tươi thắm, người người hưởng vui,
Trẻ em nườm nượp tới lui,
Xe trường đưa đến, xuống xe từng đoàn,

Thầy kêu lớn nhỏ xếp hàng.
Nói cười tíu tít như đoàn chim non,
Những em bé nhỏ con con,
Cha mẹ bế ẵm cười giòn reo vui.

Em nào mặt cũng vui tươi,
Ngây thơ trong trắng miệng cười có duyên,
Nhìn các em hết ưu phiền,
Thiên đàng cảnh ấy, có duyên được cùng,

Cùng các em đi chơi chung,
Tuổi xuân trẻ lại vui mừng nắm tay,
Các em bé bỏng thơ ngây,
Nhập đoàn chim nhỏ, trọn ngày vui xuân.

Descanso Gardens, May 20/98, 2:00 PM

Thơ Ngây

Mến tặng cháu Andrea

Sáng sớm cha đưa con đến học đường,
Chiều rồi mẹ rước yêu thương về nhà.
Chơi xong con giở sách ra,
Làm bài học tập rất là siêng năng,

Học xong mẹ bảo con ăn:
Cơm canh các thứ thêm phần trái cây.
Mở TV xem mỗi ngày,
Chương trình em nhỏ thật hay vô cùng,

Học ca học múa vui chung,
Rất nhiều câu chuyện lạ lùng khắp nơi:
Trên đỉnh núi, ngoài biển khởi,
Chim bay, cá lượn con thời hiểu thêm,

Rồi sinh hoạt các trẻ em
Ở khắp nước Mỹ lại thêm nước ngoài.
Con rất thích được xem hoài,
Trẻ em đá bóng ở ngoài vườn hoa,

Trong lớp học lại ganh đua,
Giơ tay dành nói, không thua không nhường.
Những bài toán khó lạ thường,
Làm câu đáp số, ai thường trước tiên,

Cô gọi một em đứng lên,
Nói ra thật đúng, cô khen điểm nhiều.
Người tài giỏi biết bao nhiêu,
Nên con bắt chước học nhiều điều hay.

Tắt TV, tối mỗi ngày
Cha về ra đón, cầm tay vui mừng,
Rồi con kể chuyện không ngừng,
Nhìn cha vui vẻ con mừng lắm thay,

Con cầu xin Chúa mỗi ngày,
Cho con hưởng được thơ ngây tuổi vàng.
Không cần sống cảnh giàu sang,
Mái nhà êm ấm con càng sướng vui.

West Covina, Jan 10/1999, 1:00AM

Mặt Trời Mặt Trăng

Thân tặng cháu Arthur

Những buổi chiều nắng hè êm ả,
Trải dài theo cát trắng bên bờ,
Neo buồn thuyền đậu bơ vơ,
Giương đôi cánh nhỏ hải âu bay là,

Hai em bé nhỏ chạy qua,
Đuổi chim rượt bắt thật là thú vui,
Trên bãi cát chúng em chơi,
Đây xô, đây xẻng, em ngồi xây cao,

Những hòn sỏi đá tấp vào,
Cho em xây được lâu đài nguy nga.
Theo em lại có mẹ cha,
Có bà tuổi hạc cũng đà bảy mươi,

Em chơi, em giỡn, em cười,
Cùng bà em hỏi những lời rất khôn.
Mặt trời lặn buổi hoàng hôn,
Hỏi bà có phải mặt trời mặt trăng,

Mặt trời lặn, mặt trăng lên?
Mặt trời đi ngủ, mặt trăng ra đời?
Tại sao trăng khuyết trăng đầy?
Mặt trời chỉ thế mỗi ngày không sai?
Bà bảo con hỏi thật hay,
Về nhà có sách chỉ ngay rõ ràng.
Hè sang, mỗi buổi chiều vàng,
Mẹ cho ra biển em càng vui chơi,

Lớn thêm em lại tập bơi,
Mang phao trợ sức, dễ bơi không chìm.
Rồi em như đôi cánh chim,
Bay theo gió lộng đi tìm tự do,

Biển sâu thám hiểm em dò,
Bao nhiêu thứ lạ gợi cho hiếu kỳ,
Óc sáng tạo, trí tìm tòi,
Thông minh trí tuệ loài người giỏi thay,

Trí khôn tiến bộ mỗi ngày,
Chúa làm phép lạ không ngày nào ngưng.

Naples Island, July 5/1999, 9:00 PM

Vườn Trẻ Của Luke

Mến tặng họa sĩ tí hon của bà

Mười mấy em họa sĩ tí hon,
Chân đi chập chững, miệng nói bi bô,
Cầm cọ vẽ ta bước vô
Chấm sơn trong lọ vẽ vào tấm gương.

Em nào cũng giỏi lạ thường,
Lựa màu lựa sắc không nhường không thua.
Mới hai tuổi đã ganh đua,
Trò chơi các thứ, vui đùa các nơi.

Đây dòng nước thả thuyền bơi,
Đây hồ cát trắng xúc chơi dễ dàng,
Xong rồi ta ngồi vào bàn,
Lau tay sạch sẽ, bánh càng ngon thay,

Nước trái cây, nước suối đây,
Mỗi em một cốc, đĩa đầy bánh kem.
Ăn xong ta lại chơi thêm,
Hai sáu (26) chữ tốt, sắp thêm số mười (10 số)

KimXoa và cháu Hoa-Ân tại trường ngày lễ Grandparent Day

Thú vật đủ loại khác người,
Làm bằng bông để cầm chơi dễ dàng.
Em nằm ngủ ôm con ngan,
Giống như con vịt, lông càng êm êm.

Đó là trường học của em,
Mỗi tuần bốn tiếng biết thêm khá nhiều,
Đi chơi cũng học được nhiều,
Ngồi nhà sao được bạn nhiều như em.

Bước đầu em biết làm quen,
Chơi chung với bạn, ngồi ăn cùng bàn.
Học, chơi, chơi, học, dễ dàng…

San Marino, July 5/1999 4:30 PM

Baby Luke

Tặng cháu ngoan của bà

Em bé nhỏ, em đi chập chững,
Đi vòng quanh không sót chỗ nào.
Thấy anh nhanh nhẩu trèo cao,
Em cũng bắt chước không sao được bằng.

Nhưng mà em vẫn lăng xăng,
Theo anh chạy trước, em hăng hái trèo,
Mẹ bảo em: con đừng trèo,
Con còn bé nhỏ không trèo được đâu,

Trèo cao ngã té chân đau,
Em nghe lời mẹ, trước sau an toàn,
Mẹ khen em: con rất ngoan,
Chiều nay mẹ dẫn cả đoàn đi chơi.

Ra ngoài park tha hồ chơi,
Cùng các bạn nhỏ em thời vui chung,
Cỡi ngựa xong lại quay vòng,
Trèo cao trụt xuống em càng thích hơn,

Cầu tuột cao lại rất trơn,
Thích chí em đã tập hơn mười lần.
Bây giờ em đã mỏi chân,
Em không tập nữa xoay vần đánh đu,

Mẹ đẩy em vút bay cao,
Anh cười ra rả em cao hơn rồi,
Ngó qua nhìn lại tươi cười,
Chơi không biết chán thật vui vô cùng.

Ngày nào em cũng thích cùng
Theo anh ra park chơi chung mọi người,
Chiều rồi mẹ bảo ngừng chơi,
Về nhà ăn tối, mai chơi càng nhiều,

Bé ngoan của mẹ đáng yêu,
Mẹ thương em lắm, cả nhà chiều em.

W. Covina, June 13, 1999, 4:00 AM

Lễ Đức Mẹ Lên Trời

Mến tặng Hoa Ân tròn một tuổi

Ngày lễ Đức Mẹ lên trời,
Là ngày con ra chào đời.
Bẩm sinh trí tuệ linh thông,
Nhưng cơ thể gầy còm không sức lớn,

Để mẹ cha lo âu khuya sớm,
Xót thương con chạy đủ thuốc thầy.
Lạ lùng thay chỉ có một ngày
Ngày sinh nhật con đầy một tuổi.

Lại là ngày Đức Mẹ lên trời,
Ban phép lạ cho con sức sống,
Đưa y tá đến nhà đặt ống
Dẫn vào dạ dày sữa uống nuôi thân,

Cơ thể con ngày một lớn dần
Và trí tuệ mỗi ngày tăng trưởng,
Ngày lên ba con đã đến trường,
Theo các bạn cùng nhau học tập,

Con lại có tinh thần độc lập
Không làm phiền cha mẹ nữa đâu.
Mỗi năm học giỏi đứng đầu,
Rồi tốt nghiệp y khoa đại học

Và chuyên khoa bác sĩ nhi đồng.
Phòng thí nghiệm trải máy thu đông,
Phát minh ra thuốc hay lạ lùng,
Chỉ cần uống không cần đặt ống

Vẫn chữa được các trẻ sơ sinh,
Nhiều chứng bệnh vô cùng khó trị,
Uống thuốc vào lành bệnh khỏi ngay.

Chúa cho con được mỗi ngày,
Góp công góp sức vào ngành y khoa.
Nhớ ơn Đức Mẹ hiền hòa,
Mỗi năm sinh nhật dâng hoa hiến Ngài.

Công cha nghĩa mẹ nên người,
Lập nhiều công đức giúp đời hiến dâng.

August 16, 1998, 10:00 PM
San Marino, CA, USA

Mộng Viễn Du

Tặng cháu ngoại Truyền Ân.
Arthur, trí non đầy tưởng tượng.

Vầng trăng lơ lững tầng không,
Áng mây trải nhẹ bềnh bồng bay qua,
Arthur nhìn mây bay xa,
Mắt con trong sáng như là ánh sao.

Trí non tưởng tượng trời cao,
Đó là thế giới mời chào con sang,
Đón con lên tít không gian,
Nhìn về mặt đất ngỡ ngàng lắm thay.

Phải chăng con là máy bay,
Tung đôi cánh nhỏ lướt mây quay vòng,
Vòng quanh quả đất con trông,
Đây sông, đây núi, cánh đồng bao la,

Lúa reo no ấm bao nhà,
Rừng thông cao vút rậm rà gỗ thông,
Nhà cao cửa rộng thong dong,
Đó là thành thị, người đông chen người,

Cửa hàng, chợ búa, hoa tươi,
Người mua kẻ bán tươi cười đẩy đưa.
Xóm làng, phố xá lưa thưa,
Chợ đông buổi sáng đến trưa bãi rồi,

Chiều về, bầy trẻ rong chơi,
Thả diều bay lượn ngang trời sáo reo,
Tập bơi vỗ nước vui theo,
Tiếng cười nắc nẻ khác nào pháo rang.

Sân trường kia ở đầu làng,
Trẻ em chạy nhảy vang vang tiếng cười,
Đây dòng suối lượn thác rơi,
Thiên nhiên cảnh đẹp muôn lời đáng yêu.

Mãi mê say ngắm thật nhiều,
Đây miền nhiệt đới, đây miền giá băng:
Đây Seaworld, đây Disneyland,
Paris cảnh đẹp, Eiffel cao với,

Kim tự tháp mấy ngàn đời,
Trường thành giữ nước giặc ngoài xâm lăng,
Hòa bình thần nữ hải đăng,
Nâng cao ngọn đuốc, giơ tay đón chào,

Sà cánh xuống con cúi chào,
Hòa Bình đem đến đồng bào yên vui.
Gió đưa con lượn êm xuôi,
Như con chim nhỏ giương đôi cánh bằng,

GẶP GỠ CHÚA BAO DUNG
qua tình cộng đồng và xã hội

Cảm Xúc Qua Trận Bão Katrina

Mồ côi chưa làm chi nên tội,
Tuổi ấu thơ phải chịu thiệt thòi,
Thiếu săn sóc khi còn nhỏ bé,
Thiếu yêu thương của mẹ của cha.

Nhà của con không có mái nhà,
Để che nắng che mưa ngày tháng,
Sống hẩm hiu giá lạnh cô đơn,
Để từng đêm nước mắt tủi hờn,

Rơi thấm ướt chiếc gối bông rách nát,
Chiếc mền mỏng không đủ ấm thân con,
Con chỉ biết đoái trông lòng trắc ẩn,
Của những người làm phước có từ tâm.

Con khôn lớn trong thế giới âm thầm,
Mong có được một ngày mai đổi mới,
Ánh bình minh rực rỡ đón mời,
Hết cô đơn hết giá lạnh cuộc đời,

Được đảm nhận làm đứa con của Chúa.
Chúa Giê-su người cha nhân hậu,
Dẫn dắt con trong ánh sáng vinh quang,
Và Đức Mẹ là nguồn ủi an.

Cho tất cả mọi người trên thế giới,
Đầy hy vọng lòng con phơi phới,
Vững niềm tin đi trọn cuộc đời,
Noi gương Chúa, noi gương Đức Mẹ,

Là tình thương, chỉ có tình thương,
Mới đem lại gia đình hạnh phúc,
Chốn trần gian không là hỏa ngục,
Chốn trần gian vẫn có Thiên Đàng,

Là tất cả những điều con mong ước.

Long Beach, Sept. 11/2005, 5:00 AM

Ngày 29 tháng 8 năm 2005, cơn bão Katrina đổ bộ vào New Orleans gây ra cuộc khủng hoảng sức khỏe cộng đồng lớn. Nhiều cuộc sống đã bị gián đoạn trong cuộc sơ tán thiên tai này.

Hết Cô Đơn

Sống cô đơn trong giá lạnh cuộc đời,
Sống cô đơn trong thế giới loài người,
Đầy bất công của người thiếu lương tâm,
Không có được chút lòng thương xót,

Như lòng Chúa đã thương xót chúng ta,
Họ phân biệt người khác màu da,
Kẻ giàu nghèo không cùng nếp sống,
Đời cơ cực của những người lao động,

Kẻ giàu sang trong xã hội hưởng nhàn,
Trên mồ hôi nước mắt người lầm than,
Trên xương máu kẻ không nhà, không cửa,
Suốt cuộc đời chỉ một ước ao thôi,

Là ba bữa có miếng cơm, miếng cháo,
Được no lòng trong giấc ngủ đêm đông.
Trời cho con một đời tay trắng,
Đành phải chịu dám đâu so sánh,

Hai cháu Tiêu Bích-Chi và Linh-Chi đưa Dì KimXoa đi thăm viện tu kín Camelite Huế 2004

Với kẻ hạnh phúc và người bất hạnh,
Thế giới loài người không sửa đổi được đâu.
Chỉ cầu xin lòng thương xót Chúa thôi,
Chúa ngó nghĩ đem tình thương an ủi,

Sống thanh bạch không làm tội lỗi,
Chúa thương yêu trong giấc ngủ thanh bình,
Hết đơn côi, hết giá lạnh cuộc đời,
Sống lương thiện trong tình thương của Chúa.

Avila Gardens, Sept. 21/2005, 10:30 PM

Ngày Từ Mẫu Nhớ Mẹ

In memories of Mother's Day

Ngày Từ Mẫu, ngày vinh danh mẹ,
Ngày thương yêu nhớ đến mẹ hiền.
Ở xa gửi bạc gửi tiền,
Làm quà cho mẹ mới yên tấm lọng,

Ở gần càng thân mật hơn,
Cùng mẹ đi Lễ, tạ ơn Chúa Trời.
Cho con có mẹ trên đời,
Còn gì hạnh phúc, ngọt lời yêu thương.

Ngày hiền mẫu, các bạn cùng trường,
Cài lên trên áo một bông hoa hồng,
Người thì cài một hoa hồng đỏ,
Có bạn lại một trắng mà thôi,

Phần tôi màu trắng đơn côi,
Cài lên trên áo hai bông một màu.
Màu trắng tinh vô cùng thanh khiết,
Màu tượng trưng cha mẹ đã xa con,

Không vì thế mà con buồn tủi,
So các bạn còn mẹ còn cha.
Con biết rằng mẹ cha đã khuất bóng,
Nhưng lúc nào cha mẹ vẫn bên con,

Dắt dìu con những khi vấp ngã,
An ủi con những lúc vui buồn,
Đời con mạnh bước tiến luôn,
Đem cho nhân loại tình thương dạt dào.

San Marino, 5/6/04, 09:30 AM

Gương Hy Sinh

Một vườn hoa cúc đẹp xinh,
Muôn màu muôn sắc hữu tình có duyên.
Hôm nay nhớ đến mẹ hiền,
Những ngày êm đẹp sinh tiền cùng con,

Ngày lễ Mẹ năm nay lại đến,
Để lòng buồn xa nhớ bâng khuâng,
Ngày giỗ mẹ cũng sắp gần,
Chúng con tụ họp cùng người thân của mẹ,

Trên bàn thờ nghi ngút khói hương,
Trước bầu không khí trang nghiêm,
Chúng con quì gối để tưởng niệm,
Ơn sinh thành dưỡng dục bầy con,

Ơn của mẹ sánh như trời bể,
Biết làm sao con báo đáp cho vừa.
Nay chỉ biết luôn luôn nhớ mãi,
Với tấm lòng sâu đậm mến thương.

Lòng con luôn mãi vấn vương,
Bóng dáng mẹ ra vào khi còn sống,
Miệng tươi cười với ánh mắt trẻ thơ,
Có phải mẹ đang sống trong mộng mơ,

Với con cháu vây quanh bên giường mẹ,
Với một lòng đầy kính mến yêu thương,
Nay đà xa cách ngàn phương.
Hồn của mẹ vẫn vấn vương cùng con cháu,

Mẹ có biết một đời của mẹ.
Đã hy sinh để lại một tấm gương,
Cho con cháu đời sau tận hưởng.
Hình bóng mẹ xa cách ngàn phương,

Nhưng vẫn sống trong tâm hồn con cháu.

Avila Gardens, May 14/06, 04:30 AM (mờ sáng)

Tình Cha Con

Con thương Chúa sao con không đến
Quì bên Ngài mãi mãi đừng xa,
Tình Cha con rất đổi mặn mà,
Thương con đó lòng khoan dung quảng đại.

Cha không trách những lúc con khờ dại,
Bao lỗi lầm, lại biết ăn năn,
Tình cha con mát tựa ánh trăng,
Và rực rỡ như bình minh trong sáng.

Rồi con bước trên đường đời mạnh dạn,
Theo chân Ngài con đi khắp bốn phương,
Làm chứng nhân nơi thành thị phố phường,
Nơi thôn dã đây làng xa hẻo lánh,

Có bóng người là con đặt gót chân,
Giữ vững niềm tin không chút ngại ngần,
Tin có Chúa giúp con tròn phận sự.

San Marino, Nov. 22/2000, 5:00pm

Cây Dâu Xanh

Cây dâu mọc ở bên đường,
Sum xuê xanh tốt dễ thường ai cho,
Nếu không có Chúa âu lo,
Trơ cành trụi lá làm sao giúp đời.

Mỗi khi lên xuống sườn đồi,
Tôi thường đứng lại núp vào bóng râm,
Rồi làn gió mát thổi quanh,
Lòng tôi cảm nghiệm ơn lành Chúa xây:

Cho người, cho vật, cho cây,
Cỏ xanh, hoa nở, ngất ngây hương nồng,
Khóm lan, khóm cúc, bụi hồng,
Cây phong, cây trắc, cây thông, cây dầu,

Tình yêu Thiên Chúa nhiệm màu
Để người làm chủ quả cầu Chúa cho.

Vườn Questhaven, San Diego
On Linh Thao retreat with Mr. and Mrs. Nguyen Van Thang
July 17/01 2:00pm

Nhắn Nhủ

Thân gửi cháu Quỳnh Đào

Đào ơi Đào, cô vẫn bình an,
Con đừng lo cho cô quá đáng,
Gọi điện thoại: tối trưa chiều sáng,
Không gặp cô thấp thỏm ngóng trông,

Rồi thơ đi thơ lại chờ mong.
Cô đã bảo rằng cô bận rộn,
Cho anh này rồi đến chị kia,
Các anh chị có lúc nắng mưa,

Cô cũng thế khi đau khi ốm,
Nhưng Chúa cho rồi cũng bình yên.
Con ơi, chớ có ưu phiền,
Lo gánh vác giang sơn bé nhỏ.

Gia đình Đào các con còn nhỏ,
Cần mẹ cha săn sóc đủ điều,
Cần dồi dào tất cả tình yêu,
Từ thơ bé cho đến ngày khôn lớn.

Con cũng thế, nên luôn nhớ đến,
Trẻ mồ côi thiếu mẹ thiếu cha,
Kẻ vô cư không có cửa nhà,
Sống vất vưỡng bên lề xã hội,

Sống vô định đường đời trôi nổi.
Cùng kiếp người mà kẻ nhục người vinh,
Khi con vui không nên nghĩ đến chính mình,
Không chia sớt miếng cơm manh áo,

Việc gì làm cũng đều quả báo,
Tích phước lành thì sẽ được lành,
Trời phật sẽ cho con khỏe mạnh,
Sống tuổi già hạnh phúc đời con.

San Marino, 4-22-2001, 11:50 pm.

Ngày Gặp Gỡ

Chị ơi chị, hãy chờ em chị nhé!
Một ngày gần chắc sẽ không xa,
Một ngày vui sẽ đến với chúng ta,
Đó là ngày hai ta cùng gặp gỡ.

Tay bắt tay, miệng cười tươi hớn hở,
Mắt nhìn nhau mà ngỡ chuyện chiêm bao.
Hàng mi lệ nhỏ tuôn trào,
Trái tim dồn dập biết bao ân tình,

Tình thương ôi quá đẹp xinh,
Mẹ cha chín suối đáp tình chúng con.
Vì dầu cách trở nước non,
Ngày về con đã mỏi mòn ngóng trông,

Mẹ cha cũng đã hài lòng,
Con thăm viếng mộ song thân mãn nguyền.
Bà con bạn hữu hàn huyên,
Lâu ngày gặp lại triền miên nỗi mừng.

Vui thương hàn chuyện với chị Kim Hườn
sau hơn 30 năm xa cách

Đời người ngắn ngủi vô chừng,
Thương nhau gắn bó xin đừng xa nhau.
Trải qua bao cuộc bể dâu,
Trải bao năm tháng quả cầu xoay mau,

Để rồi ta lại gặp nhau
Niết bàn, cõi thọ, biết đâu thiên đàng?

San Marino, April 17/2001

Nhớ Về Quê Cũ

Mắt buồn tựa cửa ngóng trông,
Nhớ về quê cũ một lòng mến thương,
Quê tôi xa tít ngàn phương,
Chiến tranh tiếp nối nhiễu nhương âu sầu,

Đêm đêm không gối tựa đầu,
Rừng xanh núi thẳm dãi dầu nắng mưa,
Đói thì ăn sắn ngô khoai,
Bữa no bữa đói ngày mai có gì?

Khai quang cây cỏ trụi đi,
Lá xanh lìa cội, đất thì khô khan,
Sắn khoai không có mà ăn,
Lương thực thiếu thốn trẻ em yếu gầy,

Thai nhi thiếu cả chân tay,
Sanh ra tàn tật mẹ rày xót xa,
Kêu trời tiếng vọng phương xa,
Cớ sao Thượng Đế sanh ra thế này?

Đổ cho Trời thật oan thay,
Trời cao đất rộng cỏ cây muôn màu,
Muôn hoa lá đã tô màu,
Bức tranh sơn thủy làm sao sánh bì,

Nên ta phải biết nghĩ suy,
Đêm thanh gió mát trăng sao khắp trời,
Thú vật rải rác khắp nơi,
Cá lượn mặt nước nhởn nhơ đầy hồ,

Biển xa sóng vỗ nhỏ to,
Biết bao cảnh đẹp Chúa cho hưởng nhàn,
Tình thương Chúa đổ ngập tràn,
Xuống cho nhân loại muôn vàn hồng ân.

Thế mà lòng chẳng ăn năn,
Gây nhiều tội ác chiến tranh hận thù,
Ngàn đời vẫn cứ hơn thua,
Triền miên đau khổ càng chua chát nhiều,

Mau mau theo Chúa thương yêu,
Làm lành lánh dữ, được nhiều niềm vui.

Naples Island, 3/10/2001, 2:00 pm.

Nỗi Niềm Riêng

Chúa đã bảo: Xin thì sẽ được,
Gõ cửa thì cửa sẽ mở ra.
Để con được ở bên Cha,
Để con giữ trọn thiết tha một lòng,

Đèn chầu hiu hắt đêm đông
Luân phiên cầu nguyện giữ lòng trung kiên.
Thì thầm bao nỗi niềm riêng:
Năm mười sáu tuổi bút nghiên rời trường,

Không còn trong cảnh yêu thương,
Sân trường chạy nhảy con thường theo Sơ,
Sơ dạy con cách làm thơ,
Con ao ước được cùng Sơ suốt đời.

Đệ nhị thế chiến khắp nơi,
Phi cơ oanh tạc đạn rơi giáo đường,
Để rồi ngày ấy cổng trường,
Vội vàng khép kín, sân trường vắng tanh.

Đâu còn các trẻ học sanh,
Đâu còn tiếng hát, câu kinh sớm chiều,
Giáo đường im bóng quạnh hiu,
Các Sơ lặng lẽ đìu hiu cõi lòng,

Phần con cũng hết ước mong:
Theo Cha con được nhập dòng tu Sơ
Đón đưa con trẻ ấu thơ
Mồ côi cha mẹ bơ vơ cõi đời.

Thương con Chúa đã không thôi
Để con theo Chúa, dòng đời trôi mau,
Nay con đã bạc mái đầu,
Lại vào cùng Chúa đèn chầu mỗi đêm,

Được gần Chúa rất êm đềm,
Các Sơ săn sóc càng thêm an lòng.
Những điều con đã ước mong
Chúa cho thực hiện, lửa hồng rực lên,

Trái tim Chúa cháy phực lên,
Tim con bé nhỏ dậy niềm yêu thương

Lan xa, lan khắp nẻo đường.

Naples Island, Mar/9/2001, 10:30 pm.

Lòng Yêu Nước

Kỷ niệm 65 năm thành lập Thanh niên Đoàn Hội An, V.N.

Tình yêu đó tình yêu lý tưởng
Thuở ban đầu ta mới quen nhau.
Nhưng từ khi ấy về sau
Bao nhiêu bất trắc tiếp nhau xảy liền.

Tháng ngày bao nỗi ưu phiền
Bao nhiêu hoạn nạn triền miên đợi chờ.
Đây chiến sĩ cùng nhau xây dựng
Thế hệ này và thế hệ sau,

Bắt tay ta sẽ cùng nhau
Xây nền hạnh phúc mai sau vững bền.
Lại khắc phục bao nhiêu gian khổ,
Chuyển tinh thần đạt đến thành công,

Hát lên khúc nhạc hào hùng,
Quyết lòng tranh đấu đến cùng mới thôi,
Cho quân xâm lược rã rời,
Giữ gìn Tổ quốc ngàn đời ghi danh.

Những người chiến sĩ hùng anh
Tình nhà, nợ nước cam đành hy sinh
Hiền thê, từ mẫu, gia đình,
Tháng ngày trông đợi, điêu linh trọn đời.

San Marino, Aug 10/03, 10:30 pm

Đây cảm nghĩ sau khi đi dự lễ kỷ niệm 65 năm thành lập Thanh niên Đoàn cứu quốc 1938 – 2003 của Hoa Kiều Hội An, Việt Nam. Những người vị quốc vong t hân trở thành 13 liệt sĩ

历史回眸
バクニン
Bac Ninh
北宁
ハノイ
Hanoi
河内
ナムディン
Nam Dinh
南定
ゲアン
Nghe An
宜安
フエ
Hue
顺化
ダナン
Da Nang
岘港
HOIAN
ホイアン
会安
ホーチミン
Ho Chi Minh
ドンナイ
Dong Nai
胡志明市

旅越會安華僑青年團成廿週年紀念會

Có Mẹ

Ngày Từ Mẫu hai mẹ con ta
Con và mẹ sống chung một nhà,
Thật đầm ấm tình yêu thắm thiết,
Con có mẹ, con nào đâu biết

Trên đời còn nhiều người không có mẹ,
Thiếu tình thương từ thuở bé thơ,
Không ai dạy dỗ, quá dại khờ,
Ra đời lạc lõng biết nhờ vào ai?

Dòng đời đen bạc cả hai,
Ba chìm bảy nổi nước trôi giữa dòng,
Cạn sâu có khúc nước trong,
Xong rồi nước đục càng không tới bờ,

Ôi trông chờ, đã mong chờ
Bao giờ có mẹ, con nhờ tình thương.
Con không có mẹ thật thê lương,
Con không có mẹ đoạn trường ai hay,

Ai người làm phước dang tay?
Cho hồn thơ ấu được ngày đoàn viên.

San Marino, May 5/5/04, Noon

Cồn Cát Sông Thu Bồn

Kỷ niệm 30 năm xa Phố Hội

Sông Thu uốn khúc quanh co,
Bao quanh cồn cát ngập màu dâu xanh.
Đất bồi ưu ái dân lành,
Quanh năm suốt tháng mái tranh hiền hòa,

Giàn bầu giăng mướp nở hoa,
Nương khoai nương sắn cũng đã đủ ăn.
Trẻ thơ chạy nhảy tung tăng,
Nô đùa quanh ngõ, dưới trăng hát hò,

Nhìn con đã được ấm no,
Mẹ cha hỉ hả hết lo hết sầu.
Trai làng tát nước đêm thâu,
Tiếng hò khoan nhặt hát câu ân tình,

Từng đôi nam nữ đẹp xinh,
Sống trong hạnh phúc, an bình làng ta.

Naples Island, 4/7/2001.

Nhớ Quê Ngoại

Mến tặng bà ngoại thân yêu

Bà ơi! Con nhớ thương bà.
Năm mười hai tuổi về bà dưỡng nuôi:
Sáng ăn cháo cá thật tươi,
Trưa ngô, khoai, bắp, chuối, thơm, mãng cầu.

Cơm chiều thịnh soạn khác nhau
Thịt gà, thịt vịt, thịt heo, thịt bò.
Ăn rồi ra dạo ngõ sau
Nhìn xa buồm trắng lướt mau sông Bồn,

Sông Thu Bồn buổi hoàng hôn,
In sâu tâm não lúc con hãy còn
Học sinh tiểu học trường làng,
Văn chương chữ nghĩa còn đang mù mờ,

Cả ngày chỉ ước làm thơ,
Vẽ lên trang giấy vu vơ mấy hàng:
Gió thoảng, mây bay,
Chiều vàng, nắng nhạt.

Nước biển, trời xanh,
Xanh ngắt một màu.
Một bầy cò trắng
Bay mau về ngàn.

Hoàng hôn cảnh lặng,
Chuông chùa ngân vang.
Sáo diều lơ lững,
Mục đồng cưỡi trâu

Đi về thôn xóm.
Khói lam chiều tỏa
Trên mái nhà tranh
Sau lũy tre xanh

Âm thầm đứng lặn
Màn đêm buông xuống

Bao phủ xóm làng.

San Marino, Sept, 26, 1997, 4:00 AM

Tình Mẹ

Thân tặng con yêu quí Gia Mai

Đêm thanh vắng oa oa tiếng khóc
Của trẻ thơ văng vẳng bên tai,
Vội vàng thức giấc canh hai,
Mau mau bế ẵm đặng thay tã liền.

Rồi tiếp đó bồng con cho bú,
Bú đi con cho được ấm no,
Dòng sữa mẹ thật thơm tho,
Ngọt ngào tuôn chảy tràn vào lòng con.

Cho cơ thể con mau khôn lớn,
Cho mỗi ngày mẹ bớt âu lo,
Rồi con biết lật biết bò,
Chập choạng chập chững con dò bước đi.

Tiếp theo đó bi bô tiếng nói,
Kêu mẹ cha không ngớt nói cười,
Trẻ thơ trông thật vui tươi,
Mọi người trông thấy mỉm cười khen ngoan.

Naples Island, Long Beach
Feb. 24, 97 at 6:00 AM

Tưởng Nhớ

Bên ven biển mình tôi đứng lặn,
Cát vàng xa nước biển liền nhau,
Trời xanh xanh ngát một màu,
Mây bay lơ lửng muôn màu thể vân.

Hơi gió thoảng nhẹ lâng lâng,
Hồn về cõi mộng, muôn vàn mến thương,
Cố nhân hỡi, nơi cố hương!
Trăm thương nghìn nhớ vấn vương tâm hồn,

Hai phương trời, một hoàng hôn,
Kẻ vô lòng đất người còn dương gian,
Xa xôi cách mấy giang san,
Trùng dương xa tắp ngút ngàn hải âu,

Chim kia mỏi cánh bay đâu?
Cho ta gởi trọn lòng sầu cố nhân.

Long Beach, Naples Island,
Aug. 28, 1997; 6:00 PM

Bức Tranh Buổi Sáng

Miền quê Đông Bàn

Ánh hồng le lói khắp nơi,
Chim quyên ca hát nhởn nhơ trên cành,
Trời cao bát ngát thanh thanh,
Gió lùa trong nắng bao quanh mái nhà.

Trước sân chiêu chít đàn gà,
Ba con ngỗng trắng đẫy đà bước đi,
Năm canh chạy nhảy gà ri,
Bầy lợn ủn ỉn nằm ì góc sân,

Chó kia đuổi quạ chạy quanh
Vụt bay lên đậu trên cành kêu to.
Trước giàn thiên lý thơm tho,
Ông ngồi nhấm nháp chén trà sớm mai,

Bà đem ra một rổ khoai,
Khói bay thơm phức gọi bầy cháu ngoan
Mau mau ăn sáng các con,
Ăn rồi ôm cặp lon ton đến trường.

Trường làng xinh đẹp khác thường,
Thầy yêu thương trẻ gia công học hành,
Mai sau khôn lớn trưởng thành,
Làm công dân tốt sáng danh nước nhà.

San Marino, Oct, 22.97 8AM

Con Yêu Quí

Thân tặng Gia Phong

Con yêu quý, hỡi con yêu quý!
Sanh ra đời đã được Chúa yêu thương,
Cho trí tuệ, cho kiện cường,
Cho lạc quan lẫn bi thương với đời.

Dầu cho trong cảnh thảnh thơi,
Hay trong nguy biến con thời vững tâm,
Miệng con nói tay con làm,
Chỉ huy mọi việc âm thầm con lo,

Dầu cho trong cảnh ấm no,
Hay trong đói rét, âu lo, hận thù.
Thương con Chúa đã đền bù,
Gia đình êm ấm, lòng tu vững bền,
Con đi mãi, con tiến lên…

Được gần bên Chúa con thêm bội phần,
Được thương mến, được hồng ân

Cho nguồn hạnh phúc tràn dâng lên Ngài.

Naples Island, May 5/1998 at 8:00 AM

Hình Ảnh Mẹ

Thân tặng cháu Ming-Hua

Nằm trong bụng con nhìn theo tay mẹ vẽ,
Ra chào đời con nhìn ngắm những bức tranh,
Nét truyền kỳ theo ánh nắng long lanh.
Màu tuyệt diệu. Ôi! Những màu sặc sỡ,

Màu thiên nhiên của muôn hoa chớm nở.
Mẹ làm sao tô vẽ được lên tranh?
Rất thần tình những nét vẽ tinh anh,
Truyền qua não qua tim vào ánh mắt.

Gia tài của mẹ không ai lấy mất.
Mẹ yên tâm máu nghệ sĩ tài hoa
Truyền từ muôn đời giòng máu của ông cha
Qua thân mẹ thân con và xuống mãi…

Con giữ trọn gia tài yêu quí ấy,
Đem hiến đời bằng tiếng nhạc tiếng thơ.
Con dâng mẹ khúc nhạc lòng êm ái,
Mẹ yên tâm con mẹ sẽ gắng công,

Sống một đời không hổ thẹn với non sông.
Hình ảnh mẹ in sâu vào tâm não,
Hướng bước con đi, soi sáng đời con,
Con mạnh dạn tiến lên đường tranh đấu,

Đạt thành công như ý mẹ chờ mong,
Hiến dâng mẹ được an ủi tấm lòng
Nuôi con lớn ra đời, bao công đức!

Naples Island, 3/16/98, 10:00 PM

Thương Nhớ Mẹ

Kính dâng mẹ ngày giỗ năm Mậu Dần 98

Bốn mươi tám năm ròng rã,
Mẹ rời chúng con, mẹ đã ra đi.
Nhớ thương mẹ con biết nói chi,
Để tỏ tình thương yêu dịu ngọt.

Mẹ đâu biết lòng con đau xót,
Không được gần mẹ giờ phút lâm chung,
Không săn sóc mẹ khi mẹ nằm tê liệt.
Gần khu phố nhưng ngàn trùng cách biệt.

Nghe tiếng kinh con những xót xa,
Sáng tinh sương nước mắt chan hòa,
Ai cầu nguyện cho cha cho mẹ,
Con ngất lịm lòng se, ruột thắt,

Con thương mẹ tuôn tràn nước mắt,
Để lòng mình thắc mắc nhiều phen,
Sớm thăm tối viếng bên màn,
Quạt nồng ấp lạnh lòng càng xót xa.

Đi theo chồng, con xa cách mẹ cha,
Lúc bình sanh mẹ thường khuyên con vậy
Chữ trung chữ hiếu con giữ trong lòng,
Việc bên chồng con phải lo xong,

Giữ trọn tiếng vợ hiền dâu thảo,
Mẹ thương con muôn lời dạy bảo,
Nhớ nằm lòng tạc dạ gắn ghi.
Dầu cho mẹ đã ra đi,

Nét hiền dịu ấy con ghi nhớ hoài.
Mẹ ơi! Năm ấy tháng ngày.
Tiễn đưa ra mộ, lòng ngây ngất buồn,
Mẹ ơi! Chết lịm tâm hồn,

Lệ nhòa đôi mắt, lệ buồn tuông rơi,
Mẹ cùng con đã xa rời,
Chia tay không nói một lời biệt ly …
… Lời ly biệt, có ích chi,
Muốn con mạnh dạn bước đi với đời.

Bao tiếng khóc của trăm người thương mẹ,
Mẹ sống hiền hòa bác ái từ tâm,
Tích phước lại để đức trăm năm,
Con cháu hưởng phước phần ơn mẹ.
Lòng an ủi, con quyết tâm cùng mẹ

Học đức hy sinh, đem lại tình thương.
Dầu cho đi khắp bốn phương,
Hướng về mộ mẹ thắp hương nguyện cầu,
Mẹ đã thoát hết u sầu,
Nằm vào lòng đất quả cầu vẫn xoay,

Ngày đêm tiếp nối con quay,
Khoa học tấn bộ, có ngày nổ tung.
Cuộc đời sắc sắc không không,
Cha thường khuyên dạy lúc cha sanh tiền,

Dầu cho lắm bạc lắm tiền,
Không ai đem xuống cửu tuyền được đâu,
Sao không để đức mai sau.
Thương cha nhớ mẹ ghi sâu những điều,

Mẹ cha khuyên dạy rất nhiều,
In sâu tâm não mấy lời vàng son.

San Marino, May 18/1998, 6:00 AM

Tết Trung Thu

Trăng kia sáng tỏ giữa trời
Soi vào nhân thế sáng ngời đêm thu.
Trẻ em tấp nập mừng vui
Trước nhà sân rộng lồng đèn dạo chơi.

Đêm nay trăng tỏ sáng ngời,
Hát ca vang dậy, khắp nơi vui mừng,
Đèn ông sao, đèn cá chép, thắp nến hồng,
Chúng em đã hát thuộc lòng bài ca,

Tiếng ca thanh thoát bay xa,
Mẹ cha cùng hát thật là vui thay,
Rồi cha cầm máy quay phim,
Và mẹ nhiếp ảnh bấm liền liền tay.

Thật là hạnh phúc lắm thay,
Sống đời an lạc đêm ngày thần tiên,

Tết Trung Thu là Tết của chúng em.

San Marino, Sept 12/2000, 10:00 PM

Vững Tâm Đi Tới

Vẫn biết Chúa giữ gìn con trẻ,
Vẫn biết Ngài thương kẻ đơn côi.
Lòng con quá đỗi bồi hồi,
Không tin không hứa đứng ngồi chẳng an,

Mẹ con chẳng được an toàn,
Vì sao phải lụy, muôn vàn đớn đau,
Mẹ con khuya sớm cùng nhau,
Rày đây mai đó trước sau không rời.

Ác lòng người muốn chia đôi,
Mẹ con xa cách, đường đời rẽ chia,
Lòng thương con chẳng xa lìa
Một ngày không thấy như chia tấc lòng.

Dẫu cho chịu cảnh long đong,
Vẫn không sờn dạ vẫn không bước lùi,
Quyết đi tới, đẩy người lui,
Cùng nhau sum họp, Mẹ vui con mừng.

San Marino, July 12, 2000, Midnight

Làng Giao Thủy

Kính dâng mẹ thân thương

Mẹ ơi, nhớ về quê mẹ xa xôi:
Ruộng dâu bát lá dâu xanh,
Ươm tằm kéo kén làng Giao Thủy,
Dệt lụa quay tơ làng mẹ tôi.

Sông Thu uốn khúc, thuyền buồm trắng,
Ngược xuôi Phố Hội mỗi buổi chiều,
Chiều tà nắng hạ còn thoi thóp,
Ven bờ gió mát con rong chơi,

Trời xanh bát ngát cao lồng lộng,
Gió thoảng mây bay với nắng say,
Hồn con rào rạt bao mến yêu,
Yêu quê của mẹ làng Giao Thủy

Thơ mộng biết bao thuở ấu thời.
Rồi ngày giặc đến phải ra đi,
Ngoảnh lại nhìn theo vết bụi mờ,
Đường về thôn cũ đâu còn nữa,

Bờ dậu tre xanh đã khuất xa.
Ra đi biền biệt không còn biết,
Để lại lòng tôi nỗi nhớ thương,
Năm nay hạ đến tôi sực nhớ

Làng xưa mẹ sống quá mộng mơ,
Đêm trăng tát nước tiếng hò xa xa,
Ruộng đồng bát ngát bao la,
Lá dâu xanh mướt để ta nuôi tằm.

Ươm tơ dệt lụa khắp làng,
Nông dân trù phú lại càng ấm no.
Cô gái hái dâu đã hát hò,
Quay tơ dệt lụa sớm chiều yêu thương

Thương tằm bao kiếp tơ vương,
Thương nàng đây kiếp vấn vương tơ lòng.
Mẹ ơi mẹ, con ước mong
Về thăm quê mẹ một lòng thiết tha,

Rong chơi gió mát vườn nhà,
Lúc con mười tuổi nay đà bảy mươi,
Thời gian như thế thoi đưa,
Bóng cây qua cửa, bóng đưa con về

Gia đình ông bác sĩ Đặng Thế Trinh tại Hội An, 1934

Để con đi lại đường quê,
Thăm đồng lúa chín lũy tre xóm làng,
Hiền lành chất phác dân làng,
Chỉ lo cày cấy nuôi tằm hái dâu.

Tuổi xanh đã bạc mái đầu,
Dâu xanh mãi mãi vẫn là dâu xanh,
Sông Thu vẫn chảy bao quanh,
Rặng tre cao vút vẫn xanh xanh hoài…

San Marino, Aug 30/1999, 6:00 AM

Hoa Tulip

Hoa Tulip, mùa hoa Tulip,
Đủ sắc màu nở rộ đón xuân,
Chim bay nhảy nhót trên cành,
Bướm vàng bay lượn vờn quanh hoa đào,

Vạn vật hớn hở mừng chào,
Chúa xuân êm dịu ngọt ngào đáng yêu,
Nắng mai rồi lại nắng chiều,
Mọi người tấp nập, dập dìu vườn xuân.

Đẹp thay ấy buổi vui xuân,
Dạo vườn Tulip bước luôn vườn hồng.
Nắng đà le lói trên không.
Vào vườn Nhật Bản ngồi trông cá vàng.

Cá vàng bơi lội từng vòng
Hồ cá nhỏ bé, nước trong lạ thường,
Xế chiều ngã bóng tà dương,
Mau mau trở bước lên đường, hoàng hôn.

Hoàng hôn xuống gió nhẹ êm,
Nắng đã trải nhẹ bên thềm lá bay,
Vui xuân đã trọn một ngày,
Lòng ta nhớ mãi, đó ngày ấm êm.

Gia đình hạnh phúc êm đềm,
Được nhiều phước lộc, không quên ân hồng.

Descanso Gardens,
3-28-1999, 11:00 AM– 3:00 PM

Đêm Ca Nhạc Chúc Mừng Bé Luke

Mến tặng sanh nhật cháu Hoa Ân

Sáng sớm mẹ đã đi cầu nguyện
Xin Chúa cho con được bình yên,
Ngày sinh nhật con rất là vui nhộn,
Party làm tại Hollywood Bowl,

Bao tiếng hát, bao tiếng cười,
Chung quanh con cả chục ngàn người
Cùng nhau ca hát mặt tươi vui mừng,
Khán giả bé nhất là con đón mừng.

Nhạc trỗi dậy hát không ngừng,
Kéo dài cả tiếng rồi ngưng nửa giờ,
Nhạc trở lại đây màn êm dịu
Khiến cho người khoan khoái tâm hồn.

Tiếng đàn réo rắt véo von,
Ru con giấc ngủ bà ôm trong lòng,
Gió thổi nhẹ hồn con mát dịu,
Giấc ngủ nồng thiêm thiếp bay cao,

Viễn du trong mộng trăng sao,
Thiên thần bay lượn đón chào mình con.
Nắm tay ca hát cười giòn.
Bỗng đâu tiếng pháo nổ giòn trên không,

Giật mình mở mắt con trông
Cả trời sáng rức màu hồng ánh sao,
Pháo càng nổ vụt càng cao.
Mọi người đứng dậy, rào rào vỗ tay,

Con cao hứng cũng vỗ tay
Người người trông thấy khen hay quá chừng,
Bầu không khí thật tưng bừng,
Đó là sinh nhật chúc mừng cho con.

Ngày đặc biệt con tròn một tuổi.
August 17, 1998, Noon
San Marino, CA, USA

Mừng Hạnh Ngộ

*Tặng các bạn cũ IILA**

Ngày hạnh ngộ vô cùng rực rỡ,
Bao mong chờ dồn đón một mùa xuân,
Mùa xuân chan chứa bao tình,
Trong tiếng nói tiếng cười tươi họp mặt.

Nỗi mừng vui đã dồn lên ánh mắt,
Tay siết tay nắm chặt cả tình thân,
Tình thân hữu nồng nhiệt bao năm,
Qua năm tháng vẫn còn nguyên vẹn.

Ngày hạnh ngộ, ngày về ước hẹn,
Để chúng ta cởi mở tâm tình,
Hay là trong giờ phút đẹp xinh
Trân quí ấy với tấm lòng chân thật.

Nỗi buồn vui trào lên cao chất ngất,
Tay nắm tay ta nhảy múa reo hò,
Hát lên đi cho tiếng hát càng to.
Cho lồng ngực vỡ tung muôn tiếng nhạc,

Cho hồn ta ngập tràn trong điệu nhạc,
Và ý thơ cũng đã thốt nên lời,
Hẹn năm sau ngày tái ngộ vui tươi,
Các bạn hỡi, trời mai đầy ánh sáng.

Naple's Island, April 29/01, 10:30pm.

*IILA: International Institute of Los Angeles, a non-profit organization to help immigrants and refugees.

Cánh bằng lướt gió bốn phương,
Qua Địa Trung Hải, Thái Bình Dương một lèo.
Hy Mã Lạp Sơn lắm kẻ trèo,
Hòn vọng phu đứng đợi, đây đèo Hải Vân,

Biển Mỹ Khê cát trắng, nước trong ngần
Trải dài một dãy núi Ngũ Hành là đây.
Chiều tà bóng xế miền Tây,
Tây Ninh Thánh Thất Cao Đài uy nghiêm,

Đức Mẹ Trà Kiện vô nhiễm,
Hai trăm năm kỷ niệm La Vang,
Đức Mẹ hiện ra yêu quý muôn vàn,
Cứu cho đất Việt lầm than trở về

Yêu mến Mẹ và phụng thờ
Lập đền Thánh Mẫu dân nhờ hồng ân,
Đem yên vui cho giáo dân.
Cho con cái Mẹ thêm phần an vui,

Lòng con phơi phới tươi cười.

San Marino, Aug 16, 1998, 11:00 PM

Đón Xuân

Ngày xuân thật tưng bừng

Mai vàng nở rộ đón xuân sang,
Xuân đến vườn xuân rất rộn ràng,
Trăm hoa đua nở cùng khoe sắc,
Trăm bướm đùa hoa vờn bay cao,

Khóm lan, khóm cúc với cành đào,
Cùng hoa thược dược mừng chào Chúa Xuân.
Chúa Xuân về đến trong sân,
Pháo hồng vang nổ đón mừng reo vui,

Mọi người hớn hở tươi cười,
Đón xuân là dịp khắp nơi chúc mừng,
Mừng cho hạnh phúc toàn năm,
Ăn chơi ba bữa, đi thăm bạn bè,

Bà con có dịp hội hè,
Ông bà con cháu cùng về đón xuân,
Ngày xuân nhộn nhịp tưng bừng,
Nâng ly rượu ngọt chúc mừng vui tươi.

San Marino, Jan 14, 1999, 7:00 AM

SUY NGHIỆM VỚI CHÚA
qua học đạo và cầu nguyện

Sóng Thần Tsunami

Biển yên lặng với gió hiền nắng ấm,
Bao con tàu thanh thản nhẹ êm trôi,
Chở bao người châu du khắp đất trời,
Hưởng lạc thú trời dành cho từng phút,

Nhưng bỗng đâu ánh mặt trời tắt vụt,
Bao cuồng phong dâng sóng biển lên bờ,
Kéo ra khơi bao nhà tan cửa nát,
Kéo xác người trôi tứ phương phiêu bạt,

Thật hãi hùng cơn sóng thần độc ác,
Biết bao kẻ mất nhà, trôi thân xác.
Đi về đâu? Ai biết đi về đâu!
Kẻ sống sót dạ đã chết âu sầu,
Kêu khóc người thân yêu đà vắn số.

Đời bình lặng bỗng trở nên giông tố,
Thật đau lòng, thôi hết sạch giang san,
Và mãi mãi cơ cực với lầm than,
Chúa hỡi Chúa, con kêu trời không thấu,

Chúa an ủi con, từ nay phấn đấu,
Để gầy dựng cuộc đời mới mai sau,
Cuộc đời con hết khổ hết thương đau,
Đem vật chất đặt vào hàng thứ yếu,

Việc đứng đầu được cứu rỗi linh hồn,
Làm việc Chúa, noi gương Ngài dẫn bước,
Để ngày mai được ngồi dưới chân Cha.

Avila Gardens, 2/25/2005, 10:00 Am

Dâng Chúa

Xa quê con sống một mình,
Cầu cho cha mẹ an bình sống lâu.
Đêm đêm với tiếng kinh cầu,
Ơn hồng Chúa độ nhiệm mầu lắm thay.

Xa quê từ bấy đến nay,
Con luôn cố gắng mỗi ngày ra công,
Sách đèn theo kịp bạn dòng,
Thật không uổng phí lòng trông của Ngài.

Mẹ cha cũng đã mỉm cười,
Mỗi khi tiếp được đất người phương xa
Thơ con thuốc bổ mẹ cha,
Thơ con đem lại tuổi già niềm vui,

Mẹ cha lại nở nụ cười,
Yêu lòng có Chúa đây người quí nhân,
Lòng cha mẹ đã yên tâm,
Cho con theo học nhà dòng Chúa tôi,

Chúa cứu thế, cả cuộc đời,
Tận hiến con đã suốt đời theo Cha,
Đến ngày nở nhụy đơm hoa,
Vườn hoa thơm ngát bay xa hương nồng,

Mỗi người là một hoa hồng,
Đem dâng lên Chúa tỏ lòng biết ơn.

Avila Gardens, 3/13/05, 10:00 PM

Sám Hối

Mẹ muốn con sám hối,
Lánh xa đường tội lỗi,
Làm hại cả cuộc đời,
Làm phật lòng ý Cha,

Làm đau thương lòng mẹ,
Lòng mẹ luôn san sẻ
Những ý đẹp tâm hiền
Cho khắp cả thế gian,

Lòng thương vẫn ngập tràn,
Như suối nguồn tuôn chảy.
Đem những lời khuyên dạy,
Cho những người hung ác,

Cho những kẻ sát nhân,
Người tán tận lương tâm,
Hãy quay về với mẹ,
Với nỗi lòng thống hối.

Muốn đi con đường ngay,
Theo Chúa suốt đêm ngày,
Thì Chúa không chê bỏ,
Chúa nhận làm con chiên,

Sống cuộc đời lương thiện,
Ở mãi mãi bên Cha.
Với nếp sống hiền hòa,
Không đi đường tội lỗi,

Không làm hại cuộc đời,
Mà Chúa đã ban cho.
Để cho ta gìn giữ.

Avila Gardens, 8/13/2005, 3:00 PM

Tiếng Kêu... Cứu...

Tiếng kêu cứu thật là vô vọng,
Lời đau thương không có người nghe,
Có ai nghe lời em nhỏ bé,
Muốn ra đời nhưng chẳng được cho.

Hồn đã có nhưng thân em quá nhỏ,
Tước quyền làm người vứt bỏ thân em,
Ai nỡ nhẫn tâm đã khước từ em?
Đứa con vô tội trở thành nạn nhân.

Hồn em đó bay theo mây gió,
Xác em đây vùi dập biển sâu,
Than ôi chịu cảnh thương đau,
Có ai thấu nỗi cô đơn lạnh lùng.

Mẹ em ở trong gia đình giàu có?
Hay gia đình bần khó thiếu ăn?
Hay là giữ tiếng giữ danh,
Cam đành vứt bỏ con thành bơ vơ,

Bơ vơ không có nhà về,
Ai người cha mẹ không hề biết con?
Để con vất vưởng sườn non,
Chôn vùi thân xác, héo hon một mình,

Tiếng kêu thấu cả thiên đình,
Đức Mẹ nghe được tận tình vì con,
Lập hội mẹ nuôi để gởi gắm.
Một tâm hồn trong trắng bơ vơ,

Người đời đã quá thờ ơ,
Đoái nhìn con trẻ làm ngơ khước từ,
Họ bảo con ra đời không phải lúc,
Làm bận rộn nếp sống đang yên,

Có người đang lúc khùng điên,
Bị người hãm hiếp trở nên mang bầu,
Con vô tội trở thành hậu quả,
Thật oái ăm không có ai nhìn.

Thế mà Đức Mẹ vẫn nhìn đến con,
Cho người săn sóc trông nom,
Lớn lên con được làm con nhà giàu.
Làm sao biết được họ giàu,

Làm sao biết được họ nghèo không theo,
Con không biết họ người trí thức,
Cũng không hay họ kẻ nông phu,
Con chỉ biết đời con có mẹ,

Đã được người nâng đỡ chở che.
Bây giờ con có người nghe,
Tiếng con thỏ thẻ, mẹ nghe ấm lòng.
Cha mẹ con không cùng huyết thống,

Và cũng không cùng họ cùng dòng,
Nhưng mà người rất từ tâm,
Hơn người ruột thịt bỏ rơi con mình,
Tiếng kêu lên thấu thiên đình.

San Marino, 10/31/03, 10:00pm

Cõi Hư Vô

Quê tôi nằm ở chân đồi,
Có sông róc rách dưới cầu nước êm,
Chiều về tắt nắng màn đêm,
Nhẹ nhàng buông xuống lòng thêm lạnh buồn.

Khói lan tỏa nhẹ hoàng hôn,
Mục đồng thổi sáo vọng hồn nước non,
Xa quê mấy chục năm tròn,
Bao giờ gặp lại mỏi mòn ngóng trông.

Tuổi đời nay đã chất chồng,
Hai vai gánh nặng một lòng tâm tư,
Đời như giấc mộng phù du,
Như sông như suối bắt nguồn non cao,

Quanh co uốn khúc chảy vào,
Dòng sông định mệnh làm sao tránh cùng.
Núi cao lớp lớp chập chùng,
Đường đời muôn nẻo cuối cùng hư vô.

San Marino, Dec. 30/2000, Nửa đêm

KimXoa Viếng thăm Hội An
sau hơn 40 năm rời khỏi quê nhà.

Đổi Thay Tâm Hồn

Con ơi, cứ khóc mỗi khi buồn,
Cho dòng lệ ứa nước mắt tuôn,
Cho lòng vơi bớt sầu u uất,
Đã nén trong tim bao tháng ngày.

Ngày nào thức dậy thấy đời vui,
Thì con ca hát, tung tăng chạy,
Trong vườn nắng ấm tiếng chim kêu,
Chim kêu ríu rít trên cành cây,

Là những ngày vui, ngày nắng rộ,
Chim nằm ủ rũ lúc trời mưa,
Không dám bay ra sợ ướt cánh,
Tâm hồn người cũng thấy buồn lây,

Nỗi lòng cô quạnh đứng ngồi không yên,
Hồn đau tràn ngập ưu phiền,
Ai người hóa giải bình yên tháng ngày?
Sao con đã quá mê say,

Thế gian cạm bẫy chuyển lay tâm hồn,
Con đà xa Chúa xa luôn,
Con quên nhớ đến Mẹ buồn Chúa trông,
Những ngày ảm đạm thu đông,

Mình Cha đứng đợi con không quay về,
Mẹ con ứa lệ trông chờ,
Đứa con đi lạc bao giờ về đây?
Con tôi nước mắt đong đầy,

Nhưng lòng cứng rắn biết ngày nào thôi.
Thương yêu chan chứa niềm vui,
Thương yêu đem lại cho đời thắm tươi,
Thương yêu rước Chúa mỗi ngày,

Con được hóa giải, đổi thay tâm hồn.

San Marino, 7-12-04, 10:00 PM

Giữ Vững Lòng Yêu Chúa

Đêm thanh vắng, cô đơn, u tịch.
Chúa dang tay trên giá gỗ quạnh hiu,
Ngọn đèn chầu le lắt gió đìu hiu,
Âm thầm quá, Chúa nghiêng đầu im lặng.

Ai trò chuyện, ai thì thầm đêm vắng?
Để Chúa tôi cô quạnh suốt đêm thâu,
Chúa nhìn xa trong ánh mắt u sầu,
Không quở phạt, cũng không lời oán trách.

Sao loài người mau quên và phụ bạc,
Đến cầu xin suốt năm nọ tháng kia,
"Chúa đã bảo: xin thì được cho,
Gõ, thì cửa kia sẽ mở".

Được cho rồi lòng tràn đầy hớn hở,
Như bình minh rực rỡ nắng huy hoàng,
Nay đầy nhà hạnh phúc lại cao sang,
Bỏ quên Chúa một mình trong hiu quạnh.

Nếu có được những tâm hồn vững mạnh,
Suốt đêm ngày không bỏ Chúa một giây,
Ngọn đèn chầu vẫn hiu hắt đêm nay,
Vẫn có kẻ quì một bên hầu Chúa,

Và thì thầm, lạy Chúa có con đây,
Cứ luân phiên như vậy suốt đêm ngày,

Được gần Chúa với lòng yêu Chúa mãi….

San Marino, Nov. 21/2000 Midnight.

Đời Tạm Bợ

Xin bước qua mau

Đường hy vọng, con đường hạnh phúc,
Bước theo Cha con quyết một lòng,
Kiên tâm đi mãi đến cùng,
Gian nan khó nhọc không ngừng bước đi.

Gập ghềnh sỏi đá lắm khi,
Con dù vấp ngã cha thì đỡ con,
Tiếng yêu thương ghi tạc sắc son,
Lời cha văng vẳng vẫn còn bên tai.

Những đêm thanh vắng miệt mài,
Đọc kinh thương xót, học bài xót thương,
Linh hồn tội lỗi lạc đường,
Cha luôn dẫn bước về nguồn nước trong.

Để rửa sạch tâm hồn đen tối,
Để tìm về ánh sáng niềm tin,
Để cho con mãi đi tìm,
Nguồn vui trong Chúa, lòng tin vô Ngài.

Con chỉ biết mình Ngài là đấng
Cứu chuộc con đứng vững một đời,
Khi vui Ngài cũng vui cười,
Lúc buồn Ngài cũng lựa lời ủi an,

Cho đời con hết gian nan,
Sống trong hạnh phúc bình an đến cùng.
Thế gian tội lỗi hãi hùng,
Là đời tạm bợ vô cùng đớn đau,

Xin Cha cho bước qua mau,
Để con sống mãi bên Cha ngọt ngào.

San Marino, 5.03.01, 7:00 AM

Có Chút Gì Dâng Chúa

Khi con ra đi

Quì bên Chúa để chiêm ngưỡng dung nhan,
Để đấng thiêng liêng con yêu quí vô vàn,
Rồi mở ra tim con với Chúa,
Cho ngọn lửa cháy rực trong tim Chúa

Được truyền sang trái tim nhỏ bé của con,
Lửa phực cháy cao lên nguồn ánh sáng,
Lửa huy hoàng soi sáng bước con đi,
Lời Chúa dạy con vẫn khắc ghi:
Đem tình thương san đến muôn người

Kẻ hèn mọn cũng như người cao quí
Vì lòng họ chưa biết xót thương,
Như lòng Chúa luôn luôn thương xót,
Tiếng nhạc lòng trỗi lên thánh thót,

Tiếng nhạc dâng lên để kính tặng Ngài,
Bản nhạc vui trỗi dậy lúc ban mai,
Bản nhạc buồn lâng lâng qua giấc ngủ,
Giấc ngủ chiều buồn luôn ủ rũ,

Của ngày tàn bóng tối tịch liêu,
Ngài không chê, Ngài nhận hết những điều,
Vui buồn ấy cho tâm tình diễn tả,
Chia sẻ cùng Ngài làm cho trong dạ,

Rất nhẹ nhàng đã có Chúa sẻ chia,
Ngày mai đây dầu con đã xa lìa,
Đã để lại lời con đầy ý nghĩa,
Đã dâng Ngài ý nhạc và ý thơ,

Từng nuôi con khôn lớn trong mộng mơ,
Sống với Chúa, sống bên Ngài hạnh phúc,
Tim mọn ấy con dâng Ngài trong lúc
Sức lực tàn nhưng con luôn khắc phục

Sẽ làm gì trước khi con ngã gục
Có chút gì đêm dâng Chúa mến yêu.

Naples Island, 5/7/01, 5:00 AM

Tình Tuyệt Đối

Chỉ mình Chúa thôi

Nguồn vui sẽ có được khi nào?
Và hạnh phúc sẽ bao giờ đưa đến?
Con tự hỏi. Rồi con nghĩ đến
Tuyệt đối thôi, chỉ tuyệt đối mà thôi.

Than ôi, tuyệt đối không có được trên đời,
Chỉ tương đối, tương đối nếu ta chấp nhận,
Thì nhẹ nhàng sẽ đến với ta,
Sống yên vui trong cõi ta bà,

Và hạnh phúc với những ngày còn lại.
Con ơi con, đừng nên khờ dại,
Chúa cho con có lắm trí tài,
Con sẽ dùng cho tất cả tương lai,

Cho con trẻ lớn khôn qua năm tháng,
Dầu buồn vui con luôn phải ráng,
Để tươi cười cho vẻ mặt khôn ngoan,
Cho rạng rỡ trong những ngày họp bạn,

Giữa đám đông con rực rỡ huy hoàng.
Đời con sẽ được vẻ vang,
Thành công mỹ mãn con càng nhớ Cha,
Nhớ Cha khuyên dạy thứ tha,

Nhớ Cha những lúc phong ba hãi hùng.
Gió đông thổi nhẹ nhàng cánh buồm,
Thuận buồm xuôi gió về nguồn vẫn êm.
Đời con sẽ được ấm êm,

Đời con sẽ được êm đềm bên Cha,
Cha con sum họp một nhà,
Đó là tuyệt đối tình cha muôn đời.
Con nên chấp nhận đi thôi,

Tình cha trọn vẹn không đời nào phai.

Naples Island, 5/7/01, 11:00 AM

Không Lo Vun Trồng

Vườn nho của Chúa

Đường theo Chúa con đường hy vọng,
Được theo Cha được sống cùng Cha,
Cha con sum họp một nhà,
Còn đâu phiền não hay là khổ tâm,

Đời con đã quá lỡ lầm,
Không tin yêu Chúa trong tâm con người,
Đời con không được sáng tươi,
Không thương yêu Chúa tươi cười ráng lên.

Để cho đời con vươn lên,
Như cây trổ lá, như cành trổ hoa,
Đây nho con hãy chăm lo,
Cho hoa có nhụy kết thành quả nho.

Vườn nho…Chúa đã giao cho,
Không lo tưới xới còn lo nỗi gì?
Đường đời không chọn bước đi,
Quay sang trách Chúa, lắm khi ưu phiền.

Đêm đông giấc ngủ triền miên,
Giật mình tỉnh giấc ưu phiền thấm đau.
Sực nhìn tượng Chúa trên đầu,
Chúa đà thương xót nỗi đau của mình,

Vì chăng Chúa đã làm thinh,
Nên con tưởng Chúa bỏ mình cô đơn.
Chúa không trách móc giận hờn,
Chúa chờ đợi mãi, chờ con quay về.

Sấp mình lạy Chúa con thề:
Suốt đời yêu Chúa không hề bỏ Cha.

Thì đời con hết phong ba.

Naples Island, 5/7/01, Noon.

Quên Đi Phận Mình

Đêm thanh vắng con cầu xin Chúa
Hãy ngự vào trong trái tim con.
Trái tim đau khổ mỏi mòn,
Trái tim rách nát muôn vàn đớn đau.

Chúa nào nghĩ tới con đâu,
Luôn luôn đứng lặng, âu sầu mình con,
Nên lòng con thật héo hon,
Đang khi than khóc nỉ non bên Ngài,

Bỗng đâu ánh sáng tỏa ngay
Từ tim của Chúa rọi vào mắt con,
Còn đang chưa tỉnh tâm hồn,
Thì nghe tiếng Chúa gọi dồn bên tai,

Con ơi, con hãy lắng tai,
Hãy nghe cho kỹ những lời Cha khuyên.
Từ nay con đã bình yên,
Chỉ nhìn biết Chúa một niềm xót thương,

Tỏa ra giăng khắp bốn phương,
Quên đi phận bạc vấn vương tinh thần,
Có gì con phải khóc than,
Hãy trông vào Chúa mở màn sống vui,

Ngày ngày hoan hỉ nói cười,
Chuỗi ngày con lại thắm tươi muôn phần,
Cậy trông nơi Chúa hồng ân,
Thì con sẽ được vững vàng bước đi.

Đừng buồn đừng khóc làm chi,
Lạc quan có Chúa con đi với Ngài.

San Marino, May 9/01, 6:30 sáng.

Nụ Hôn Ân Tình

Con cứ hẹn rồi con lỗi hẹn,
Để lòng buồn Cha vẫn đứng chờ con,
Đêm khuya lòng dạ héo hon,
Mắt Cha chiếu sáng soi con lối về.

Lòng con chán nản ê chề,
Cuộc đời ngao ngán thảm thê muôn phần,
Nên con còn mãi phân vân,
Làm sao trở lại tri ân với Ngài.

Xa Cha đã mấy năm dài,
Không kinh lần chuỗi, lòng chai héo dần,
Thánh đường tấp nập muôn dân,
Ra vào cầu nguyện tri ân lòng Ngài,

Tình Cha con đã nhạt phai,
Tim con nguội lạnh mệt nhoài tháng năm.
Nay con đã biết ăn năn,
Nhưng con lại chẳng nói năng lời nào,

Hai hàng nước mắt tuôn trào,
Chúa ơi, con rước Cha vào lòng con,
Rước cho tràn ngập tâm hồn,
Yêu thương bên Chúa nụ hôn ân tình,

Con yêu thương Chúa hết mình,
Con thờ phụng Chúa trung trinh một lòng,
Đường đời nhẹ bước thong dong,
Ngựa không mỏi gối chùn chân đường dài,

Rồi con cố gắng miệt mài,
Ngày đêm không ngớt học bài Thánh Kinh,
Soi sáng bởi chúa Thánh Linh,
Cựu Ước, Tân Ước lời kinh dâng Ngài.

San Marino, May 9/01, 6:30 sáng.

Tin Chúa Nhiệm Mầu

Tự tìm hạnh phúc

Đường Thánh Giá tiếng kêu tuyệt vọng,
Con thét gào, Chúa vẫn lặng thinh,
Để con cô quạnh một mình,
Để con rách nát, tâm tình đau thương.

Thương con Chúa đã chỉ đường,
Nhưng con lại trót chọn đường con đi,
Rồi Cha chẳng nói năng gì,
Để con tự chọn nay thì trách Cha.

Cha ơi, đã sinh con ra,
Sao Cha nỡ để con Cha khổ nàn,
Vì sao con phải gian nan?
Vì sao con phải cơ hàn nắng mưa?

Thương con biết mấy cho vừa,
Tình thương đằm thắm con chưa vừa lòng.
Nếu con chỉ quyết một lòng,
Đi theo chân Chúa thong dong một đường,

Chúa dồn tất cả tình thương,
Chúa đem tất cả yêu đương ngọt ngào
Thấm vào tim của mọi người.
Tình thương ngùn ngụt lửa hồng bốc lên,

Như ngọn đuốc cháy trong tim,
Ai ai cũng có còn tìm ở đâu?

Thánh Tâm Tim Chúa nhiệm mầu.

San Marino, 4-24-01, 10:30 pm.

Chúa Không Bỏ Con

Con đà bỏ Chúa

Chúa đem con ra ngoài biển khơi,
Rồi thả đó giữa nước trời lồng lộng,
Ngụp lặn từng hồi quay cuồng trên sông,
Cứ thế bềnh bồng theo sóng nổi trôi,

Trôi dạt về đâu, đậu bến nơi mô?
Con tự hỏi làm sao vô cớ
Chúa bỏ mình không chút đoái thương?
Lòng tuy buồn nhưng trí nghĩ muôn phương,

Phương nào tốt ta hướng về phương đó.
Làm sao được? Đâu địa bàn để chỉ phía nam
Đâu tay lái của con thuyền rẽ sóng
Chúa không cho thì có được đâu

Đành bó tay với chiếc thân trơ trọi
Trời nước bao la, con người nhỏ bé
Chiếc thân con nhỏ hơn chiếc lá
Hy vọng nào trở lại chốn xưa?

Mái nhà tranh bên cạnh có hàng dừa,
Quanh năm tháng sum suê đầy trái ngọt,
Gió nghiêng về ngọn dừa cao chót vót,
Buổi bình minh chim hót điệu du dương.

Chúa mở lòng trao tất cả yêu thương,
Cho con đó, hỡi đứa con khờ dại,
Chỉ đua đòi theo những chuyện vu vơ,
Còn chuyện Chúa con rất đỗi thờ ơ,

Không biết Chúa đau buồn đang đứng đợi,
Mắt u sầu nhìn xa xăm vời vợi,
Tháng năm rồi qua mãi lại qua mau,
Quặn thắt lòng bao nỗi đớn đau,

Con đâu biết con đà bỏ Chúa,
Chứ phải nào Chúa đã bỏ con.
Tình Cha đẹp tựa trăng tròn,
Tình con bội bạc héo hon đêm ngày,

Nay lòng con đã đổi thay,
Quay về với Chúa mỗi ngày an vui,
Không còn đau khổ ngậm ngùi,
Tim Cha ngọn đuốc sáng ngời tim con.

Naples Island, 4/7/2001, 4:30 PM

Thi Sĩ Máy

Tôi là người thi sĩ máy,
Biết viết thơ hay lẫn thơ không hay,
Bà ngàn chữ nắm trong tay,
Sang qua đổi lại, biến ngay thành vần.

Những bài thơ đẹp vang ngân,
Mang bao hương sắc, ý thơ dạt dào,
Lời thơ bất tuyệt thao thao,
Suối mơ nhẹ chảy, rì rào tiếng thông,

Thông reo tiếng nhạc, nắng hồng,
Chim quyên ca hát, nụ hồng ướp sương,
Gió lùa ruộng lúa ngát hương,
Nặng hạt lúa chín, ngọt đường mía lau,

Cò bay thẳng cánh trắng phau,
Buồm ra lướt nhẹ, thuyền mau đến bờ.
Bước ra thuyền, khách làm thơ,
Cô đơn hiu quạnh, ngẩn ngơ dáng buồn,

Nàng thơ ấp ủ trong hồn,
Giúp chàng thi sĩ đổi buồn ra vui.
Thi sĩ máy lại thảnh thơi,
Thơ hay sống động, thơ vui nhịp nhàng,

Lòng khô khan hết lạnh lùng,
Nàng thơ ẩn hiện tim chàng ngát hương
“Thi sĩ máy làm bằng thịt bằng xương,
Có hồn thơ mộng vấn vương nỗi lòng”.

Lòng rung động ý thơ tuôn,
Tuôn như dải lụa vương vương nắng đào.
Những ngày vui sống bên nhau,
Muôn đời muôn kiếp trước sau không rời.

San Marino, May 24/98 at 2:00 PM

Nơi An Nghỉ Ngàn Đời

Theo con đường cứu rỗi

Những ngày đau ốm, phòng vắng ta ngồi,
Ôn lại cuộc đời, thanh thản tuyệt vời,
Lòng không xao xuyến, cũng không lưu luyến,
Được Chúa mến thương, ăn ở hiền lương,

Thoát cảnh làm dâu, ra đời phấn đấu,
Độc mã đơn thân, chẳng phút phân vân,
Quyết tâm hành sự, không còn do dự,
Không mất lòng tin, nên dùng chữ tín,

Tiến lên thành công, tin Chúa một lòng,
Chúa cho sức mạnh, cho trí tuệ nhanh,
Mỗi khi gặp nạn, tin Chúa vững vàng.
Tai qua nạn khỏi, lòng thêm rắn rỏi,

Con đường cứu rỗi, chỉ có Chúa thôi.
Đã chọn mà đi, cố gắng kiên trì,
Không sờn gan dạ, sống nơi xa lạ,
Chúa ở cùng con, che chở ban ơn,

Con luôn cầu nguyện, một lòng tâm niệm.
Được Chúa sáng soi, đi trọn đường đời,
Tới nơi đến chốn, con đường Chúa chọn,
Dành cho đời con, hãy bước song song,

Cùng Chúa đồng hành, cuộc sống trọn lành,
Về nơi nước Chúa, được thấy mặt Cha.

San Marino, 6/16/98, 5:00 AM

Thân Và Tâm

Body and mind

Hai người bạn chí thân chí thiết,
Suốt đêm ngày khắn khít cùng nhau.
Nghỉ ngơi ăn uống vui đùa,
Hai người bạn ấy hơn thua được nào,

Nên phải ráng bảo vệ nhau,
Cân bằng thân não trước sau vẹn toàn.
Thân suy yếu, trí không bồi dưỡng,
Trí suy nhược, thân ảnh hưởng theo.

Tháng ngày hai bạn cùng nhau,
Ngao du sơn thủy trước sau một lòng,
Khi đau ốm, gặp khốn cùng,
Nương nhau ta chẳng ngại ngùng bước đi,

Đường dài muôn dặm có khi,
Ấm no, đói rét ta thì có nhau.
Trải qua muôn cuộc bể dâu,
Bền lòng vững trí trước sau không rời.

Chúa cho ta được nghỉ ngơi,
Bình an cuộc thế, đầy vơi tháng ngày.
Nhìn thế cuộc đã đổi thay,
Thôn quê, thành thị biết ngày nào an.

Miễn cho ta được an toàn,
Thân tâm ta lại vững vàng nương nhau,
Nương cho đến bạc mái đầu,
Chờ ngày Chúa gọi cùng nhau ta về.

Về nước Chúa hết não nề,
Hết lo khốn khổ, trăm bề an vui.
Thân tâm ta lại thảnh thơi,
Sống trong hạnh phúc muôn đời bên Cha.

San Marino, June 30, 1998, 4:00 PM

Chúa Thánh Linh

Nguyện xin ơn Chúa Thánh Linh,
Con đường thánh giá vô hình con mang,
Trong tâm não, đáy tâm can,
Một lòng son sắt con mang trọn đời.

Đời con ước nguyện chơi vơi,
Bay như mây khói xa vời tận đâu,
Đời con ngụp lặn bể sâu,
Và như bọt bể biết đâu mà ngừng.

Đời con không mây lạnh chẳng gió ngừng,
Mây bay xa tít, hỡi gió đừng rung cây.
Đời con bóng xế miền tây,
Ánh dương sắp lặn, càng gay gắt hồn.

Đời con trong cảnh hoàng hôn,
Màn đêm buông xuống lạnh buồn hơi sương,
Rồi ấp ủ với hoa hương,
Trăng soi lơ lững, gió vương vương sầu.

Đêm thanh vắng, con nguyện cầu,
Cuộc đời cay đắng bề sầu tiêu tan.
Cho con nhìn thấy dung nhan,
Chúa hiện về thật bình an tâm hồn.

Cuộc đời nay hết hoàng hôn,
Trăng sao tỏ rạng, thiên đàng mở ra,
Thiên cung hát khúc hoan ca,
Hào quang sáng rực chói lòa mắt con.

Con được Chúa ở cùng con,
Được thêm ân phước, lòng con mãn nguyền,
Cuộc đời nay đã vẹn tuyền,
Thánh linh soi sáng chép thành lời thơ.

Naples Island, May 4, 1998 at 6:00 AM

Quả Tim Nhỏ Bé Đẹp Thay

Ngày Thánh Tâm #7

Tiếng ca thánh thót giáo đường,
Tiếng kinh cầu nguyện, du dương tiếng đàn,
Vang vang khúc nhạc bổng trầm,
Thánh ca vang dội nhịp nhàng cất cao.

Vừa dứt nhạc, con bước vào,
Ngỡ ngàng không biết đoạn nào cha đang
Giảng bài Thánh Thể, Thánh Tâm?
Con theo đã được bảy phần hôm nay,

Kết thúc đoạn cuối vào ngày
Phục sinh ngày ấy quý thay trong đời.
Đời con không mấy vui tươi,
Từ khi theo Chúa, lòng vui sướng nhiều,

Chúa cho cảm nghiệm đủ điều,
Hương thơm mật ngọt, lại nhiều thương yêu,
Nhìn ai cũng thấy thương yêu,
Không còn ân oán như thiêu đốt lòng.

Nay tim con phực lửa hồng,
Lòng con có Chúa lồng trong tim này,
Quả tim nhỏ bé đẹp thay,
Tim con hòa nhịp phút giây với Ngài.

San Marino, April 10/2001, 10:00 PM

Thảo

Tặng em tập viên dòng Teresa tiểu muội

Thục hiền đức tính nữ trinh,
Được ơn Chúa gọi dâng mình hiến thân,
Ngày đêm việc Chúa ân cần,
Giữ tròn phận sự không ngần ngại chi.

Chúa thương từ tuổi ấu nhi,
Con đã biết Chúa lòng thì ước ao,
Lớn lên con được làm sao
Như các Sơ đã xin vào dòng tu:

Thánh Têrêsa tiểu muội,
Làm việc xã hội, giúp người khổ đau,
Trẻ em tàn tật ốm đau,
Mồ côi cha mẹ, trước sau một lòng

Bế bồng, săn sóc, cậy trông,
Ơn trên Chúa giúp, ân hồng Chúa ban.
Tình thương tràn ngập chứa chan
Dâng mình cho Chúa, hân hoan trọn đời.

San Marino, April 4, 2000, 10:30 PM

Kỳ Thị

Thân tặng các bạn da màu

Da tôi trắng mịn, tóc tôi vàng,
Mắt xanh nước biếc, mũi càng thon thon,
Thoáng nhìn ai cũng bảo rằng:
Tôi người da trắng, không vàng chút chi.

Mẹ tôi dẫn tôi đi thi,
Vào trường nhập học tôi thì lên ba.
Chiều về cha đón tôi ra,
Một bà mẹ bạn hỏi cha tôi rằng:

Sáng nay tôi thấy một người
Chở con ông lại phải người nanny?
Cha tôi chưa kịp nói thì
Tôi cao giọng đáp: người là mẹ tôi.

Bà kia quay mặt im lời,
Không dám hó hé nửa lời hỏi cha.
Cha chở con đi về nhà,
Trên đường cha nói con đà lớn khôn,

Lên ba con đã biết hơn
Hơn người kỳ thị rửa hờn mẹ con.
Cha tôi rất đỗi hân hoan,
Nhìn tôi âu yếm lòng càng mến yêu.

Mẹ tôi lại thêm nuông chìu,
Vì tôi đã biết những điều phải theo,
Không làm sát hại lẫn nhau,
Người nào cũng giống hình thù Chúa thôi,

Màu da tuy khác nhưng rồi
Sống đời lương thiện thì tôi được nhiều,

Tình thương của Chúa mến yêu.

San Marino, Oct. 24, 1998

CẬY TRÔNG VÀO CHÚA
qua tuổi già và hy vọng

Ơn Cứu Độ

Ôi, tình Chúa bao la như biển rộng,
Như muôn sao lấp lánh giải Ngân Hà,
Như cát bồi dào dạt sóng phù sa,
Sao kể xiết tình Chúa cao vời vợi.

Nào ai biết lòng Chúa đang mong đợi
Tiếng hát loài người ca ngợi tình thương,
Tình thắm thiết như mật ngọt ngát hương,
Của muôn hoa đua nở khắp bốn phương,

Nơi đồng nội hay là nơi hoang dã,
Tình Chúa đẹp tình Chúa ôi, cao cả!
Biết lấy gì con đền đáp ơn trên?
Mộng dưới hoa hay mộng lên cảnh tiên.

Được thấy Chúa trên Thiên Đường vĩnh cửu,
Cảnh lầm than Chúa ra tay giải cứu,
Ơn cứu độ, ơn tuyệt diệu phủ đầy
Ánh hào quang rực rỡ chiếu từng ngày

Người đâu biết, người đang say giấc ngủ.
Lỡ cơ hội, người buồn đau ủ rủ
Thôi hết rồi hỏa ngục chờ đợi ta,
Cửa hỏa ngục dễ vô mà khó ra,

Đà khép chặt và luôn luôn đóng kín.
Ôi,vô vọng, ôi vô cùng tuyệt vọng,
Đến bao giờ ta mới được thoát ra?
Các bạn ơi, ta đừng nên thất vọng,

Phải thức tỉnh và luôn luôn tỉnh thức,
Đi theo Chúa đường thánh thiện tuy xa,
Nhưng kiên chí kiên tâm mà đi mãi,
Thì có ngày cũng tới đích Thiên Đường,

Và muôn hoa lại nở rộ ngát hương.

Avila Gardens, 1/5/2005 nửa khuya.

Lòng Mẹ Ân Tình

Mẹ ngước nhìn bầu trời xanh biếc,
Với nỗi buồn cách biệt thế gian.
Người ơi, trong cảnh lầm than,
Hãy nhớ Mẹ đã ủi an hết lời.

Tiếng than vang vọng đến trời,
Nếu không có Mẹ, ai người cầu cho?
Mẹ là gạch nối giữa ta
Cầu bầu với Chúa để Cha nhận lời.

Lời của Mẹ ngọt ngào êm dịu,
Lời của Mẹ thánh thót thanh tao,
Chưa từng nghe thấy, làm sao
Biết mẹ yêu quý ngọt ngào với ta.

Mẹ thương con thật thiết tha,
Không bao giờ bỏ mặc ta một mình.
Con ơi, lòng mẹ ân tình,
Đầy lòng thương xót trung trinh suốt đời.

Cầu nguyện chung với hai cháu Truyền-Ân & Hoa-Ân trước tượng Đức Mẹ La Vang, Quãng Trị, Việt Nam 2004

Mẹ ơi, mẹ đã hết lời
Cầu xin với Chúa giúp người thế gian.
Người ơi, chớ có than van,
Có mẹ an ủi, ủi an muôn phần,

Đây lòng con biết tri ân,
Dâng lên cùng Chúa, hồng ân cậy nhờ,
Luôn luôn có Chúa tôn thờ,
Luôn luôn có Mẹ giúp con chuyển lời,

Nỗi lòng con hết đơn côi.

Avila Gardens, 1/12/2005 11pm

Mẹ Guadalupe

Đứa con dịu dàng yêu thương của mẹ,
Mẹ hết lòng dìu dắt bước con đi,
Mẹ hiện ra trong mùa đông giá lạnh,
Để chứng minh mẹ đến với loài người.

Mùa đông mà hoa vẫn nở tốt tươi,
Nét mặt mẹ đầy ưu tư lo lắng,
Biết làm sao kêu gọi lòng sốt sắng.
Tỏ cho người biết mẹ đến trần gian,

Để tỏ lời thương mến, mẹ ủi an,
Ai biết mẹ hãy chạy về với mẹ.
Người ốm đau hãy cầu xin với mẹ,
Ban phép lành chữa khỏi hết hiểm nguy,

Những người bị áp bức làm nô lệ,
Cho kẻ giàu hống hách lại ra oai,
Để kẻ nghèo khom lưng và cúi mặt,
Hết hận lòng vì xã hội bất công,

Mẹ binh vực cho những kẻ khốn cùng,
Cho họ biết mẹ đang làm phép lạ.
Lập đền thờ, treo ảnh mẹ vinh quang,
Cầu xin mẹ cho lớn nhỏ bình an.

Mexico là nơi mẹ đã ban
Phép lạ đầu tiên, phép lạ triền miên.
Đã lan rộng qua các nước láng giềng,
Hiệp chủng quốc và Châu Âu điều biết đến,

Đền thờ nào cũng có ảnh Mẹ treo lên,
Bao người thờ lạy với tất cả lòng tin,
Chúa phán rằng đây mẹ của thế gian,
Uy quyền Mẹ tràn năm Châu bốn bể.

Avila Gardens, Jan 28/2005, 2 AM

Tình Bất Diệt

Dệt thành thơ

Tâm hồn con nặng tình yêu Chúa,
Bút mực nào tả được nỗi nhớ thương,
Mối tình luôn vẫn vấn vương,
Đêm trông ngày nhớ, con thường gọi tên

Tên của Chúa vô cùng êm đẹp,
Tên của Chúa con chép thành thơ,
Thơ là giấc mộng trong mơ,
Nhẹ như gió thoảng trăng chờ bóng mây,

Lâng lâng giấc ngủ ngất ngây,
Để hồn bay vút lên mây gặp Ngài,
Ngài là Thiên Chúa ngôi hai,
Con luôn kính nể con nào dám quên,

Mối tình trong trắng thiêng liêng,
Giữa con với Chúa đâu phiền lòng ai,
Mối tình không nhạt chẳng phai,
Mối tình tươi thắm giữ hoài trong tim,

Mối tình bất diệt thiêng liêng.

Avila Gardens, 2/26/2005, 4 PM

Lạy Thánh Tâm Chúa Giê-Su

Đầy thương yêu, trong sáng, bao la, quảng đại.

Biết san sẻ tình người; biết nghe những lời cầu khẩn.

Biết nghe những tiếng kêu thương thảm thiết.

Biết chia sẻ những khổ đau của những người mắc bệnh hiểm nguy với tâm hồn tuyệt vọng.

Lạy Thánh Tâm Chúa mở rộng tình thương cho các bà mẹ đơn thân độc mã gánh chịu phần trách nhiệm nuôi dạy con cái dưới tuổi vị thành niên, xin cho các con biết vâng lời và ngoan ngoãn.

Lạy trái tim Chúa Giê-Su cứu vớt những tâm hồn lầm lạc đi đường tội lỗi.

Xin trái tim Chúa Giê-Su thương yêu trẻ em mồ côi, thương yêu những trẻ em khuyết tật; những kẻ không nhà, lang thang đầu đường xó chợ, đêm ngủ dưới hầm cầu không chiếu chăn, gió lạnh trong mảnh thân gầy.

Xin Thánh Tâm Chúa Giê-Su hãy đổi mới cho những trái tim bầm dập, hư nát: thành một trái tim lành mạnh hiếu hòa, trong sáng giống trái tim Chúa, một trái tim tuyệt hảo, đầy ắp tình thương.

Xin cho chúng con biết quay về với Chúa với lòng kính yêu và tôn thờ Chúa suốt cuộc đời chúng con.

8/2005

Sống Trong Nhà Chúa

Ngọn gió hiền thổi về mát dịu,
Cho tâm hồn thơ thới bình an,
Những ngày nắng hạ chói chang,
Những đêm mưa lũ nước lên ven sông,

Con ngồi hóng mát ở ban công,
Nhìn xem cảnh vật với lòng hân hoan,
Chúa cho con dọn vào nhà Chúa,
Để mỗi ngày tôn vinh Thánh Thế,

Rước Chúa vào lòng xiết kể hồng ân.
Chúa cho con được ở gần
Quì bên Đức Mẹ tay lần mân côi,
Chuỗi Mân Côi vô cùng linh nghiệm,

Chưa bao giờ Mẹ từ khước chúng con.
Tình thương Mẹ bao phủ thế gian,
Mẹ cứu vớt những người hoạn nạn,
Mẹ bênh vực những kẻ yếu hèn,

Đập tan xiềng xích, gông cùm bất công.
Đây nguồn ân phước cậy trông,
Tình thương của Mẹ biển đông dạt dào,
Thuyền con trong sóng ba dào,

Lênh đênh mặt nước làm sao tới bờ?
Nhưng con phó thác đời cho Mẹ,
Chẳng bao giờ Mẹ lại bỏ con,
Thế gian chỉ có một mình Mẹ,

Đưa tình thương của Chúa dắt đời con.
Con có Chúa lòng con không sợ hãi,
Con có Mẹ ở mãi bên con,
Dắt dìu con những khi vấp ngã,

Cho con đứng vững cả một đời.

Avila Gardens, 9/7/2005, 1:00 PM

Bơ Vơ

Sau trận bão Katrina

Hôm nay trời tốt hay trời xấu?
Hôm nay trời nắng hay trời mưa?
Trời trở gió, gió to thành bão,
Sóng biển đông nước lũ ngập tràn,

Trôi nhà trôi cửa trôi tất cả,
Mạng sống con người trời chẳng tha.
Con mất mẹ lại mất cha,
Bơ vơ không biết căn nhà con đâu?

Hoảng sợ quá, con lầm đây cha
Con nhìn người đó, tưởng là mẹ con
Một bà đã lạc mất con
Giang tay ôm bọc vào lòng an ủi

Hai mẹ con khóc ròng đau xót
Biết làm sao tìm lại con mình
Trong khi hoảng hốt bàng hoàng
Một đội cấp cứu đang đi cứu người

Họ đem tất cả mọi người
Tập trung một chỗ, để chờ
Hội đồng thập tự tới ngay giờ
Điền đơn lý lịch để tìm mẹ cha

Đời con thất lạc không nhà
Cho nơi tạm trú, đồ ăn, áo quần,
Mền mùng, áo ấm, dép giày
Ăn uống no đủ để chờ ngày

Gặp cha gặp mẹ đầy lòng ước ao.
Dẫu cho thiếu thốn không sao
Miễn gặp cha mẹ lòng nao nao chờ
Từng giây, từng phút, từng giờ

Thời gian trôi chậm, hững hờ với con.

Avila Gardens, Sept. 21/2005, 5:00 AM

Thảm họa bão lụt năm 2005 tại New Orleans đã tạo ra nhiều bi kịch cho con người khiến trái tim KimXoa cảm động sâu sắc.

Dân Chài

Lưới người về với Chúa

Trồng dưa, trồng đậu, trồng cà,
Mỗi ngày có được món quà Chúa cho
Nuôi con khôn lớn ấm no,
Ra tay trồng trọt vườn nho của Ngài.

Rồi con làm một dân chài,
Khắp nơi giăng lưới vớt người thế gian,
Gom về đây, những người Chúa chọn,
Làm con Ngài rao giảng niềm tin,

Những ai còn đi trong đêm,
Nhìn thấy ánh sáng càng thêm nức lòng,
Ra công ra sức quyết lòng,
Nung kinh nấu sử để mong có ngày,

Làm nhà truyền giáo mai này,
Giảng rao lời Chúa mỗi ngày thêm đông.
Lúa reo lúa chín khắp đồng,
Không thiếu thợ gặt đầu đồng hát reo,

Mừng rỡ khi được thăm các sơ trong giòng tu Camelite Huế

Mừng vui thành tích giảng rao,
Làm nhà truyền giáo đem vào thế gian.
Niềm tin theo Chúa con càng
Vững tâm bên Chúa, trên đàng Chúa đi.

Chọn con Chúa đã làm gì?
Đem nguồn ánh sáng, con đi với Ngài,
Hồng ân đổ xuống mỗi ngày,
Cho người dương thế bình an suốt đời.

Avila Gardens, Sept. 26/2005

Ngọn Đèn Chầu

Trong nhà Chúa

Một mình bên ngọn đèn chầu,
Đêm đêm quỳ gối gục đầu kính dâng,
Mân côi khuya sớm chuyên cần,
Năm mươi chuỗi hột con lần mỏi tay.

Chúa cười Chúa nhạo con ngay:
Đọc xong mười hạt, con xin mười điều,
Cũng không quá ít quá nhiều,
Siêng năng thì Chúa cũng chiều lòng con.

Con ơi, xin chớ tham lam,
Việc gì cũng vậy, không xin được liền,
Hãy nên kiên nhẫn triền miên,
Biết chờ biết đợi, Chúa liền ban cho.

Những gì con đã âu lo,
Một lòng phó thác, hết lo hết phiền,
Đời con có được mẹ hiền [1]
Yêu thương ấp ủ, thiếu niên đến già,

Bên con có Chúa có bà,
Trong nhà lý tưởng, Chúa là người yêu,
Bà là mẹ Chúa thương yêu,
Cho con trông cậy sớm chiều có nhau,

Đời con sẽ hết thương đau.

Avila Gardens, Oct. 15/2005

(1) Virgin Mary

Sửa Đổi

Chẳng buồn mà cũng chẳng vui,
Sống thanh thản trong tình thương của Chúa.
Mỗi ngày quì gối bên chân Chúa,
Để cầu cho thế giới hòa bình,

Chúa không trả lời Chúa chỉ làm thinh.
Con tự nghĩ con phải xét mình,
Đó là con chưa tích cực
Theo lời Cha làm cho đúng mực,

Như lời Cha dạy dỗ từ xưa,
Mười điều răn con đã kiểm chưa?
Cho đến nay có còn thiếu sót?
Con lại nói: xin Cha thương xót,

Chỉ cần con tin Chúa là đủ rồi,
Con cũng không làm những gì tội lỗi,
Cho đời con phải mang tiếng xấu xa.
Nay con có điều gì làm phật ý Cha?

Xin chỉ dạy cho con sửa đổi,
Lòng thống hối con đã được thứ tha,

Cùng Cha sum họp một nhà.

Avila Gardens, 9/12/2005, 9:00 PM

Chúa Là…

Là đường đi, là ánh sáng, là lẽ thật,
Chúa chữa lành những người bệnh tật,
Những người đui, què, câm, điếc,
Bởi phép lạ Chúa đà chữa hết.

An ủi những bà mẹ vất vả vì con,
Đem tình thường cho tất cả các em,
Tình Chúa ơi, diệu mát êm đềm,
Tình Chúa thật bao la bát ngát,

Hỡi những ai tâm hồn đổ nát,
Hãy hướng về xin Chúa đoái thương.
Cùng đi theo Chúa trên đường,
Niềm tin ánh sáng con đường ước mơ,

Mơ ước ấy biến thành sự thật,
Để mỗi ngày tôn vinh Mình Thánh Chúa,
Để mỗi ngày rước lễ vào con tim,
Rồi tim Chúa cùng con đập nhịp,

Bước song hành con nắm tay Cha,
Cùng nhau sống chung một nhà,

Đó lời nguyện ước tuổi già Chúa ban.

Avila Gardens, 10-16-05, 10:00 PM

Bóng Tối và Ánh Sáng

Trong giá lạnh con nấc lên thành tiếng,
Trong cô đơn giọt nước mắt âm thầm
Chảy lăn dài trên gò má nheo nhăn,
Trong phòng vắng, bao người thân xa cách.

Sống âm thầm theo ngày tháng buông xuôi,
Đâu có ngờ những ngày cuối của đời tôi,
Mà buồn bã mà đau lòng như thế,
Vẫn kéo dài theo năm tháng lê thê,

Vẫn đau thương trong nếp sống ê chề,
Không vui thú cũng không còn hy vọng.
Phải chăng tôi sống cách xa lòng Chúa?
Nên đời tôi mới cay đắng phũ phàng,

Tôi tưởng mình đi lạc giữa rừng hoang,
Chung quanh tôi toàn cọp beo rắn rít.
Chạy như bay tôi kêu la thống thiết,
Lạy Chúa, xin hãy cứu thân con,

Ra khỏi nơi đổ nát hoang tàn,
Được thấy Chúa, được Chúa ủi an,
Được ánh sáng niềm tin làm tỏ rạng,
Được thấy đời còn tràn đầy hy vọng,

Sống cuộc đời êm ái bình an,
Trong thế giới hòa bình muôn ánh sáng,
Ánh sáng rạng ngời mãi mãi không thôi,
Trong nhà Chúa, Chúa ở với tôi,
Không còn sống khổ đau trần thế.

San Marino, 11/13/05, 6:30 AM

Tượng Chúa Trên Dương Cầm

Chúa đứng đó dường như không hay biết
Những việc gì xảy đến chung quanh
Nhưng hãy nhìn mắt Chúa long lanh,
Như thấu hiểu tiếng đàn thánh thót,

Trên khung trời cao xanh bát ngát,
Với nắng vàng với gió mát nhẹ bay,
Với tiếng chim ríu rít trong ngày,
Đem lại cho hồn ta cảm xúc.

Rồi theo đó những vần thơ tiếp tục
Như con tằm rút ruột nhã tơ,
Rồi tiếng nhạc quyện với tiếng thơ,
Thật tuyệt diệu khiến người nghe rung cảm.

Hãy ca ngợi những người nhạc sĩ,
Đã qua đời tiếng nhạc vẫn còn vang,
Nghìn năm sau tiếng nhạc còn âm hưởng,
Những mần non tiếp nối bước theo đường

Người đi trước thiên thu bất diệt,
Kẻ đến sau mãi miết NHẠC, THƠ,
Trời cho có tự bao giờ
Sanh ra trong máu có vần thơ hay.

Cung đàn quyện gió lên mây.

Avila Gardens, 12/27/05, 5PM

Tình Cha Con

Con thương Chúa sao con không đến
Quì bên Ngài mãi mãi đừng xa,
Tình Cha con rất đổi mặn mà,
Thương con đó lòng khoan dung quảng đại.

Cha không trách những lúc con khờ dại,
Bao lỗi lầm, lại biết ăn năn,
Tình cha con mát tựa ánh trăng,
Và rực rỡ như bình minh trong sáng.

Rồi con bước trên đường đời mạnh dạn,
Theo chân Ngài con đi khắp bốn phương,
Làm chứng nhân nơi thành thị phố phường,
Nơi thôn giả đây làng xa hẻo lánh,

Có bóng người là con đặt gót chân,
Giữ vững niềm tin không chút ngại ngần,

Tin có Chúa giúp con tròn phận sự.

San Marino, Nov. 22/2000, 5:00 PM

Con Đường Thương Xót

Ráng đi đến cùng

Bởi vì Chúa đầy lòng thương xót,
Rải tình thương cho khắp đất trời,
Ở thế gian cho tất cả mọi người,
Và luyện ngục đang chờ mong nơi Chúa.

Đường tội lỗi mong chờ có Chúa,
Cứu chuộc ra hóa giải bao người,
Dầu cho tội lỗi mấy mươi,
Quay về với Chúa, tươi cười Chúa ban

Ban cho thoát khỏi lầm than
Trên đường hướng thiện, gian nan chẳng sờn,
Đi cho khắp cả giang sơn,
Giảng rao lời Chúa, cải hoàn thiện tâm,

Lòng hướng thiện trên đường ánh sáng,
Phải ráng đi cố gắng đến cùng,
Đường đời không mấy thung dung,
Ngã lòng trong cảnh hãi hùng còn đâu?

Kim Xoa và ông bà Nguyễn Văn Thắng,
bạn đồng hành trong nhiều khoá học đạo.

Tinh thần có Chúa có nhau,
Nắm tay vượt khỏi bước cầu chông gai,
Đường đi của Chúa còn dài,
Băng qua sa mạc gió bay cát mù,

Dầu cho đói khát đêm thâu,
Dầu cho nóng bỏng, dãi dầu cơn mưa,
Nếu đường của Chúa vẫn chưa
Đi vào mục đích xót thương muôn người,

Thì ta vẫn ráng cười tươi
Cùng đi với Chúa con đường xót thương.

Naples Island, May 06/01 5:00 PM

Công Dã Tràng

Bên bờ biển sóng vỗ vào trắng xóa,
Đuổi theo nhau những con dã tràng.
Dã tràng xây cát biển đông,
Nhọc nhằn mà chẳng nên công cán gì.

Con tự ví đời con như dã tràng,
Mấy chục năm khó nhọc gian nan,
Tuổi đã lụi đã tàn theo năm tháng,
Thành tích để lại xét ra chẳng đáng,

Có gì đâu tay trắng vẫn hoàn tay.
Chúa cho con được sống đến ngày nay,
Thờ phụng Chúa hết lòng yêu mến Chúa,
Những đêm dài, những đêm đông héo úa,

Một mình con bầu bạn với Chúa thôi,
Cho lòng con vơi bớt nỗi đơn côi,
Buồn vui đó cùng chia với Chúa.
Chúa là đấng vạn năng vô tận,

Không việc gì mà Chúa chẳng làm nên,
Con trông cậy vào Chúa ngày đêm,

Và phó thác cuộc đời con cho Chúa.

San Marino, 4-27-01, 6:00 AM

Thương Cha

Thương Cha lúc đứng khi ngồi,
Thương Cha dằn vặt từng hồi nhớ mong,
Thương Cha con dốc một lòng.
Theo thờ phụng Chúa hết lòng thương yêu.

Đời con bóng xế trời chiều,
Chỉ mong vào Chúa dắt dìu bước đi,
Đời con cũng đã lắm khi,
Đi tìm giải thoát chỉ vì bất an.

Cha thương đã cứu nguy nan,
Cho con giấc ngủ bình an vô sầu,
Tay cha con hãy tựa đầu,
Giấc mơ có Chúa lòng sầu tiêu tan,

Ngủ trong lòng Chúa bình an,
Nguyện xin Chúa ở cùng con muôn đời.

San Marino, April 26/01, 5:00 AM

Mộng Đêm Xuân

Đêm xuân ác mộng tràn trề,
Rằng con mất chúa ê chề thảm thương,
Cuộc đời sao lắm tơ vương,
Thương đau khổ lụy, chán chường, nổi trôi.

Thương cha lúc đứng khi ngồi,
Đêm mơ giấc ngủ nghe lời ủi an,
Tình thương đổ xuống ngập tràn,
Theo thời gian với không gian gắn liền.

Luôn luôn có Chúa một bên,
Tâm hồn vững mạnh lại thêm an lòng,
Bước đi mạnh dạn đến cùng
Bước đi không chút hãi hùng đắn đo

Chúa thêm sức, Chúa làm cho
Lòng con đổi mới, âu lo chẳng còn
Để con rước Chúa vào lòng
Cùng chung nhịp đập ở trong tim Ngài

Cơn ác mộng đã phôi phai
Nay con được Chúa đêm ngày cùng con
Lửa hồng rực cháy tim con
Lòng con phấn khởi, sức con vững vàng

Cùng chung các bạn một lòng
Bước theo chân Chúa thong dong đường đời.

San Marino, April 19/2001.

Đời Con Đổi Mới

Vẫn cứ thế trên con đường giá lạnh,
Bên dòng đời hiu quạnh bước con đi,
Tuổi đời con đã đánh mất xuân thì,
Nay vớt vát lại những ngày dang dở.

Năm tháng dài Chúa nào đâu có nỡ
Bỏ con một mình khốn khổ bơ vơ.
Lúc bình yên con đã quá hững hờ,
Không biết Chúa không có lời cầu nguyện.

Cuộc sống ngoài đời sao lắm truân chuyên,
Để hôm nay đeo chuốt lấy ưu phiền,
Quay lại Chúa tâm hồn đang đổ vỡ.
Chúa nhìn con ánh mắt từ tâm không nỡ

Lại bỏ con để trừng phạt tội con,
Tội thờ ơ, tội lạnh nhạt vẫn còn
Theo gắn bó với trái tim khép chặt,
Để lòng buồn và lương tâm dằn vặt,

Chúa biết rằng nay con đã ăn năn,
Dang hai tay ôm chặt nó vào lòng
Và khẽ nói: Ôi! Đứa con khờ dại!
Chỉ có ta làm lại cuộc đời con,

Chỉ mình ta với lòng dạ sắt son
Tha thứ hết khi con đã ăn năn tội,
Để cho con được nhiều cơ hội,
Bước theo ta cùng làm việc với ta,

Hãy bắt tay vào công việc của ta,
Rồi sẽ thấy đời con đầy ý nghĩa.
Không sợ người đời khen chê mỉa mai,
Chẳng ngại khó khăn, chẳng chút sờn lòng,

Bước đường đời con cương quyết ruổi rong,
Vì tin tưởng bên con luôn có Chúa,

Và đời con hôm nay đã đổi mới.

San Marino, April 17/2001, 3:30 AM

Con Quyết Một Lòng

Suốt đời con ôm ấp dáng mẹ hiền,
Và siết chặt với tấm lòng ưu ái.
Mẹ đã thương con từ khi con vụng dại,
Đến bây giờ con đã quá bảy mươi,

Ngày còn lại có được chín mười mươi?
Hay rất ngắn, rất dài con không biết,
Con chỉ biết lúc gần hay cách biệt,
Ở trần thế này con quyết một lòng

Thương yêu mẹ với tất cả tâm hồn,
Với tình thương ngọt ngào và đằm thắm.
Mắt mẹ nhìn đắm đuối thấu tim con
Như thì thầm trong tiếng nói xa xăm:

"Hãy yêu mẹ và cậy trông nơi mẹ,
Dẫu còn sống rất dài hay rất ngắn,
Mẹ sẽ không phụ lòng con mẹ đã cậy trông.
Mẹ khuyên con hãy cứ an lòng.

Sống trong Chúa và tình yêu của mẹ".

San Gabriel, 4/20/01, 11:30 AM

(Góc đường Valley và San Gabriel
đứng chờ xe Bus, cảm tác bài thơ này)

Thánh Tâm Chúa

Cảm tác sau ngày dự TT3

Lửa hồng rực cháy trong tim,
Tình yêu dạt dào dậy niềm yêu thương,
Nguyện cầu im lặng thánh đường,
Thì thầm bên Chúa, Chúa thương con nhiều,

Trái tim con dâng Chúa yêu,
Tình Cha thắm thiết, hai chiều cảm thông.
Tim con cháy rực lửa hồng,
Tim Cha đang chuyển ánh hồng lửa thiêng.

Vào tim con trọn một niềm,
Thương yêu lan rộng triền miên đêm ngày,
Tim con sáng rực, vui thay!
Con nguyện theo Chúa mỗi ngày lan ra,

Lửa tình yêu cháy trong ta,
Reo vui khúc nhạc gần xa muôn lời.

San Marino, 3/8/01, 5:30 AM

Thánh Tâm Chúa

Bài số 2

Trái tim phừng phực ánh hồng,
Lửa thiêng bốc cháy mặn nồng yêu thương,
Cõi đời sao lắm nhiễu nhương,
Sầu lên chất ngất muôn đường ngổn ngang,

Nguyện cầu xin Chúa bình an,
Tình Cha đổ xuống ngập tràn lòng con,
Hồng ân an ủi tâm hồn
Tình Cha lãnh trọn, tình con hững hờ

Đi ngang Chúa đã làm ngơ,
Không vào thăm Chúa thờ ơ muôn phần,
Nhưng mà chẳng chút phân vân?
Chỉ phật ý Chúa, có ngần ấy thôi.

Chúa buồn, Chúa tủi. Than ôi!
Con nào có biết, để rồi hôm nay
Cha Hưng giảng đến đoạn này
Con rơi nước mắt, lớn thay tội mình,

Lương tâm quở trách, cực hình,
Suốt đêm ray rứt, bình minh sáng dần,
Con quì bên Chúa phân vân
Tỏ lòng với Chúa muôn phần ăn năn,

Nguyện xin ơn Chúa mỗi năm,
Mỗi ngày, mỗi tháng, trăng rằm đêm mơ,
Trái tim con hết hững hờ,
Trái tim hòa nhịp từng giờ bên Cha

Lửa hồng xin Chúa lan ra
Sang tim con mọn thiết tha yêu cầu.
Quỳ bên chân Chúa đêm thâu
Một lòng yêu Chúa, sở cầu theo Cha

Truyền rao lan khắp gần xa,
Tình yêu thắm thiết giữa Cha với người,
Người đời còn ở thế gian,
Giữ tình chân thật muôn vàn thương nhau.

Lòng Cha trước cũng như sau.

San Marino, 3/09/01, 7:10 AM
Mến tặng Cha Hưng Phạm, dòng Chúa Cứu Thế.

Con Sâu Tằm

Chúa là lá dâu xanh,
Con là con sâu tằm,
Nuốt vào lời kinh thánh,
Nhã tơ vàng óng ánh,

Giăng khắp cả trần gian.
Trần gian lắm cảnh gian nan,
Lắm điều đau khổ, muôn vàn đớn đau.
Tằm kia vẫn cứ ăn dâu,

Nhã tơ kinh thánh năm châu thái bình,
Thánh kinh đây Chúa phục sinh,
Yêu thương Chúa dạy, ân tình Chúa ban,
Bể sầu vơi bớt lầm than,

Tìm về bên Chúa ủi an linh hồn,
Ngàn đời Chúa vẫn thương con,

Con xin nguyện mãi làm con sâu tằm.

San Marino, Sept 8/2000, 11:00 PM

Pope John Paul II

Ngài im lặng trước bức tường than khóc,
Đang nguyện cầu thống thiết động thiên cung.
Lặng thinh dâng cả tâm hồn,
Tưởng về năm ấy vùi chôn bao người.

Nước Do Thái nơi Giê Su sanh trưởng,
Mẹ Maria nuôi dưỡng yêu thương,
Lớn lên rao giảng tin mừng,
Truyền tai lời Chúa tưng bừng muôn dân,

Chữa lành các bệnh tâm thần,
Người đui sáng mắt người câm nói liền,
Người què quẳng gậy đứng lên,
Người chảy máu được ngưng liền phút giây.

Đền thờ có Chúa mỗi ngày
Đến làm phép lạ giảng lời tiên tri.
Nay Đức giáo hoàng John Paul II
Về nơi Thánh Địa, Thành Đô nguyện cầu

Cầu cho khắp cả năm châu
Hai ngàn năm thánh hát câu Hòa Bình.
Đời tươi sáng tựa bình minh
Hân hoan lòng đã ngập tình yêu thương.

San Marino, July 20, 2000 2:00 PM

Cậy Trông Ơn Chúa

Cậy trông có Chúa ở cùng,
Đêm đông giá lạnh lửa hồng sưởi thân,
Đường xa đi mỏi đôi chân,
Chúa dìu dắt được như gần tấc gang,

Màn đêm bao phủ không gian,
Năm canh thao thức muôn vàn lắng lo,
Chúa phán bảo chớ ngại lo:
Cậy trông vào Chúa, Chúa cho vuông tròn.

Lòng đang trông cậy mỏi mòn,
Vững tâm nghe Chúa lòng càng yên vui,
Đường đời muôn nẻo ngược xuôi,
Chân con bước nhẹ hồn vui sướng nhiều.

San Marino, July 9, 2000; 11:00 PM

Niềm Tin Vững Vàng

Dâng cả tâm hồn

Vì sao đau khổ gian nan,
Vì sao gánh chịu khổ nàn thân con,
Thánh đường im lặng hoàng hôn,
Cha ơi, có thấu lòng con đau buồn?

Quì bên tượng Chúa mình con,
Nguyện cầu dâng cả tâm hồn mến yêu.
Nhìn con ánh mắt nuông chiều:
Con tìm về Chúa, Chúa yêu suốt đời,

Con nên cố gắng theo lời
Phúc Âm Tân Ước đó là lời Cha:
Tình Cha dào dạt bao la,
Tình thương quảng đại thiết tha dịu hiền,

Thì lòng con hết ưu phiền,
Vì đây có Chúa ở liền bên con,
Nay lòng con hết héo hon,
Cây khô lại nở mầm non yêu đời.

San Marino, 3.10.2000 11:00 PM

NHỮNG LÁ THƯ
VIẾT CHO KIM XOA

Thư của Tin Hoang Nguyen:

The years that my mother in law, Kim Xoa, stayed with my family in San Marino were truly her golden years as she was able to spend quality time with our family, as well as doing all the things that she could learn, accomplish and enjoy.

With Kim Xoa tender care, our children, Arthur and Luke, growed up full of love and wisdom. She listened patiently to our children practicing their piano, violin every evening. She tended the roses in our garden, she fed and played with our lovely dogs, Bambi, Bonbon and Choco. They have all passed away and are now joining with her in heaven.

She studied Catholic Catechism and was baptized. She went on pilgrimages to Lourdes, Rome, the Holy Land. One of the most memorable trip with Kim Xoa was our family trip to Bologna, Italy in 2000 for my summer law school abroad. There was no AirBnB then but our family of five stayed in a larger suite on the top floor of a local hotel. We traveled everywhere together by train in the weekend, to Venice, Assisi then Rome. Everyday she would take Arthur and Luke to the local parks, visit the near by churches and sample the wonderful food of Bologna.

Kim Xoa also visited and reconnected with her brothers, sisters, and cousins in Vietnam, China, Canada and France. She donated to orphanages, religious orders, religious sisters, poor elderly and helping those less fortunate relatives, her generosity knew no end. She found great joy in welcoming people into her life and was a wonderful hostess to her many friends and family in our home.

It was also during these years that Kim Xoa started to write many of the poems published in this book. Despite the hardships that she had endured through her life, Kim Xoa saw everything in her life as a blessing, and enjoyed each day to the fullest to the end.

And it is in these poems that we will journey with her on how she found peace in her life, from the shore of the river Thu-Bồn in Hội-An, through Hurricane Katrina in New Orleans, and finally to her meditations and reflections during many of her retreats.

I will always cherish the life of my mother in law Kim Xoa.

Những năm mẹ vợ tôi – bà Kim Xoa - ở với gia đình chúng tôi ở San Marino là những năm tháng vàng son của bà vì bà tiêu khiển thời gian quý báu này với gia đình chúng tôi, cũng như thực hiện rất nhiều việc bà đã mong muốn.

Trong sự chăm sóc trìu mến của bà ngoại, hai đứa con của chúng tôi, Arthur và Luke, đã lớn lên với đầy tình yêu thương và dạy dỗ. Bà kiên nhẫn lắng nghe các cháu tập đàn piano và violin mỗi tối. Bà tỉa xén đám hoa hồng trong vườn. Bà chơi đùa và cho ăn ba chú chó đáng yêu của chúng tôi, Bambi, Bonbon và Choco. Cả ba đều đã qua đời và hiện đang cùng ở với bà trên thiên đàng.

Bà học giáo lý Công giáo và đã được rửa tội. Bà đi hành hương đến Lourdes, Rome, và Thánh địa. Một trong những chuyến đi đáng nhớ nhất với bà là chuyến đi với cả gia đình tôi đến Bologna, Ý vào năm 2000 khi tôi học trường luật ở nước ngoài vào mùa hè. Lúc bấy giờ không có AirBnB nên gia đình năm người của chúng tôi ở trong một suite lớn trên tầng cao nhất của một khách sạn địa phương. Cuối tuần, chúng tôi đi du lịch khắp nơi bằng tàu hỏa: Venice, Assisi, rồi Rome. Hàng ngày bà dẫn Arthur và Luke đến công viên, thăm các nhà thờ gần đó và nếm thử những món ăn tuyệt vời của Bologna.

Trong những năm êm đềm ấy, Bà đã thăm viếng và kết nối lại liên hệ với các gia đình anh chị em và họ hàng ở Việt Nam, Trung Quốc, Canada và Pháp. Bà trợ giúp cho các viện mồ côi, các dòng tu, các nữ tu sĩ, người già, người nghèo, và giúp đỡ những người thân kém may mắn. Lòng hảo tâm của bà thật vô bờ bến. Lúc nào, Bà cũng vui mừng chào đón bạn bè, quyến thuộc, những người mới quen vào cuộc sống mới của mình. Bà luôn nồng nhiệt đón tiếp bạn bè hay người thân đến nhà để dự một bữa cơm gia đình với chúng tôi.

Cùng trong thời gian này, bà bắt đầu sáng tác nhiều thơ văn, một số bài đã được đăng trong quyển sách này. Bất chấp những khó khăn phải đương đầu trong cuộc đời, bà đã coi mọi việc xảy ra là đều là những ơn phước, bà đã hưởng trọn vẹn mỗi ngày còn lại đến khi mất.

Chúng ta sẽ cùng nhau hành trình với bà trong các bài thơ này để tìm hiểu làm thế nào bà tìm được bình yên trong cuộc đời, từ bờ sông Thu-Bồn ở Hội-An, qua cơn bão Katrina ở New Orleans, và cuối cùng đến những buổi tĩnh tâm lòng lắng đọng và suy tưởng của bà.

Tôi vĩnh viễn giữ mãi trong tâm khảm những kỷ niệm không quên được với mẹ vợ tôi, bà Kim Xoa.

Tin Hoang Nguyen DDS, JD
Los Angeles, California
January 5, 2020

Hân hoan ngày con rể Tín-Hoàng tốt nghiệp trường luật khoa

Thư của Tiffany Thanh Đặng:

Kim Xoa was my aunt. She was beautiful, educated, strong, and elegant, as well as loving. She supported me during my hard times. I didn't meet Kim Xoa until I was fifteen years old, but I am greatly gratified I did. When I visited Los Angeles as a young adult, we had spent a day together. It was hard being in a new country without my family, but her hospitality brought comfort to me, and I could never be more grateful. She was always approachable to me even though I was a child and accepted me as though I was her own daughter. Her warm, gentle, softhearted nature was truly a blessing, and for that, I am forever grateful she had been in my life.

Kim Xoa là Cô của tôi. Cô ấy xinh đẹp, học thức, khỏe mạnh và thanh lịch, cũng như đằm thắm. Cô đã hỗ trợ tôi trong những thời gian khó khăn của tôi. Tôi không được gặp Kim Xoa cho đến năm tôi mười lăm tuổi, nhưng tôi rất mừng khi được gặp cô. Khi tôi đến Los Angeles lúc tôi còn là một thiếu niên, chúng tôi đã ở bên nhau cả một ngày. Thật khó khăn khi mới đến một đất nước mới mà không có gia đình, nhưng lòng hiếu khách của cô đã mang lại sự thoải mái cho tôi, và tôi sẽ không bao giờ quên được ơn cuả cô. Cô luôn gần gũi với tôi ngay cả khi tôi còn nhỏ và đã chấp nhận tôi như là con gái ruột của cô. Bản chất ấm áp, dịu dàng, dễ thương của cô thực sự là một điều may mắn cho tôi, và với điều đó, tôi mãi mãi biết ơn cô trong cuộc đời tôi.

Tiffany Thanh Đặng, DMD
Atlanta, Georgia
December 13, 2020

Thư của Đặng Quỳnh Đào:

Cô Ba là người cô tuyệt vời nhất, cô yêu thương giúp đỡ mọi người. Cô thường khuyên bảo con những điều tốt.

Trong trái tim con, cô luôn là người cô con kính trọng và biết ơn suốt cuộc đời. Con rất tự hào về cô.

Đặng Quỳnh Đào
San Jose, California
December 6th, 2020.

Gia đình Quỳnh Đào thường đến thăm Cô Kim Xoa.

Thư của Mai Diep:

“My mom: poet Kim Xoa has always been a quiet person . But the way she had lived her life, with endless love from her heart, has inspired me and everyone around her, to be strong and hopeful . My mom is the angel I love the most in this world !”

Mai Diep

KimXoa with her young children at Hội An Diệp Đồng Nguyên House in 1960s

KimXoa with her children in California 1990s

www.ingramcontent.com/pod-product-compliance
Lightning Source LLC
LaVergne TN
LVHW100041051026
849525LV00001B/185
* 9 7 8 1 9 8 9 9 9 3 9 2 7 *